आणखी एक स्वल्पविराम

प्रदीप आवटे

सकाळ प्रकाशन

सकाळ प्रकाशन

Aankhi Ek Swalpviram

आणखी एक स्वल्पविराम

लेखक : प्रदीप आवटे

प्रथम आवृत्ती : जून २०१८

मुखपृष्ठ आणि
आतील चित्रे : रेश्मा बर्वे

मांडणी आणि
मुद्रितशोधन : अश्विनी महाजन

प्रकाशक : सकाळ मीडिया प्रा. लि.
५९५, बुधवार पेठ,
पुणे ४११ ००२

ISBN : 978-93-87408-25-8

संपर्क : ०२०-२४४० ५६७८ / ८८८८८ ४९०५०
sakalprakashan@esakal.com

आपले डोळे आणि मन सतत उघडे ठेवणाऱ्या,
माणसाकडे सगळ्या भिंती ओलांडून पाहणाऱ्या
हेनरी व्हाईटहेड नावाच्या
खऱ्याखुऱ्या धर्मनिष्ठ माणसाला
हा 'आणखी एक स्वल्पविराम' सप्रेम भेट...!

... स्वल्पविराम,

सोलापूरच्या वाडिया रुग्णालयात इंटर्नशिप करत असताना सुप्रसिद्ध फिजिशियन असलेले डॉ. गोडबोले आम्हां विद्यार्थ्यांना नेहमी म्हणायचे, ''मेडिसीन शेरलॉक होम्सच्या रहस्यकथांइतकं थ्रिलिंग आहे.'' *आणखी एक स्वल्पविराम* ही किशोर कादंबरी लिहिताना, खरे म्हणजे या कादंबरीसाठी तयारी करताना, वेगवेगळ्या पुस्तकांचं वाचन करताना गोडबोले सरांचे शब्द पुनःपुन्हा आठवत होते. महाराष्ट्रासारख्या राज्याच्या साथरोग सर्वेक्षणाचे काम करताना हे थ्रिल मी अनेकदा अनुभवत होतो.

इपिडेमॉलॉजी अर्थात साथरोगशास्त्र असले काहीतरी विचित्र नाव धारण करणाऱ्या विषयावर मनाची पकड घेणारी इंटरेस्टिंग कादंबरी होऊ शकते, हे अनेकदा जाणवायचे; पण कसे, ते कळत नव्हते. खरे म्हणजे त्याकरिता हवा तसा वेळही मिळत नव्हता. विविध नियतकालिकांसाठी आरोग्यविषयक लेखन करत असताना एका लेखासाठी रिसर्च करत असताना कधीतरी मला या कादंबरीची कल्पना सुचली. आणि मग मात्र एकदम झपाटल्यासारखे मी दहाएक दिवसांत कादंबरीचा पहिला ड्राफ्ट लिहिला. या कादंबरीच्या माध्यमातून इपिडेमॉलॉजीचा जनक असलेल्या जॉन स्नोचे जीवनही पहिल्यांदाच मराठीत येत आहे, याचा आनंद खूप मोठा आहे.

नॉर्दम्प्टन विद्यापीठात प्राध्यापक असणाऱ्या रेवती फाळके यांनी ज्या तत्परतेने या विषयाच्या अनुषंगाने आवश्यक संदर्भसाहित्य मला

पाठवले, त्याचा मला खूप फायदा झाला. माझ्यासोबत राज्याच्या साथरोग कक्षात काम करणाऱ्या माझ्या डॉक्टरमित्रांचे, सहकारी कर्मचाऱ्यांचे प्रत्यक्ष-अप्रत्यक्ष सहकार्य या साऱ्या प्रवासात अत्यंत मोलाचे आहे.

शाळकरी मुलांइतकीच ही गोष्ट मोठ्यांनाही आवडेल, याची मला खातरी आहे. अशा अनेक अडखळत्या स्वल्पविरामांनीच आपल्या जगण्याचे वाक्य सुंदर आणि सुखी करण्यात आपला वाटा उचलला आहे.

त्याच प्रयत्नांची ही रोमहर्षक कहाणी...!

- प्रदीप आवटे

१ मार्च २०१०

'तू जिंदा है तो जिंदगी के जीत पर यकीन कर!
अगर कही है स्वर्ग तो उतार ला जमीं पर...
तू जिंदा है तू जिंदा है !'

डॉ. खरातांच्या मोबाईलची रिंगटोन बराच वेळ वाजत होती. सकाळी पेपर वाचणे हे डॉक्टरांसाठी एखाद्या धार्मिक विधीसारखा प्रकार होता, त्यामुळे मध्येच हा मोबाईल वाजल्याने ते वैतागले. त्यात त्यांनी दोन दिवसांची रजा घेतली होती, त्यामुळे ते एकूणच सुट्टीच्या मूडमध्ये होते. तरीही सवयीप्रमाणे त्रागा न करता 'अरे हां बाबा, जिंदा हूं' असे पुटपुटत त्यांनी फोन उचलला.

त्यांनी पाहिले. जॉईंट डायरेक्टरांचा फोन होता.

''हॅलो सर, गुड मॉर्निंग!''

''गुड मॉर्निंग डॉक्टर खरात,'' डॉ. देशमुखांच्या आवाजात अर्जन्सी जाणवत होती, ''डॉ. खरात, यू हॅव टू प्रोसिड फॉर सोलापूर. सॉरी! पण तुमची सुट्टी रद्द करावी लागत्येय.''

डॉ. खरातांना या गोष्टीची चांगलीच सवय झाली होती. ते राज्याच्या साथरोग कक्षात 'सर्वेक्षण अधिकारी' म्हणून कार्यरत होते. राज्यात स्वाइन फ्ल्यूपासून डेंग्यूपर्यंत आणि लेप्टोस्पायरोसिसपासून गॅस्ट्रोपर्यंत कोणतीही साथ कोठेही सुरू झाली की त्यांना साथीच्या ठिकाणी धाव घ्यावी लागे. अनेक वेळा वैयक्तिक कामे बाजूला ठेवून त्यांना नागपूर-गडचिरोलीपासून रत्नागिरी-सिंधुदुर्गपर्यंत राज्यभर पळावे लागे. 'आम्ही कोण?' या सुप्रसिद्ध कवितेत केशवसुतांनी म्हटले आहे,

'देवाचे दिधले असे, जग तये आम्हांस खेळावया', त्याप्रमाणे 'हे संपूर्ण राज्य म्हणजे माझं ग्राउंड आहे,' असे ते विनोदाने म्हणत असत. त्यांच्या या धावपळीची घरच्या मंडळींनाही चांगलीच सवय झाली होती.

'तुम्ही तुमच्या डिपार्टमेंटकरिता असाल 'मिस्टर डिपेंडेबल' वगैरे; पण घरातील एकही गोष्ट तुमच्या भरवशावर करता येणं शक्य नाही.' हे त्यांच्या होममिनिस्टरांनी म्हणजे सौ. खरातांनी दिलेले मानपत्र त्यांना वेळोवेळी प्रदान केले जाई. आजही हे मानपत्र आपल्याला मिळणार, हे डॉ. खरातांनी मनोमन ओळखले. उसने अवसान आणून ते डॉ. देशमुखांना म्हणाले, ''सर, एनिथिंग सिरियस. माझ्याऐवजी दुसऱ्या कुणाला नाही पाठवता येणार?'' पण त्यांच्या आवाजात काही दम नव्हता, कदाचित सौ. खरातांनी ऐकावे म्हणूनही त्यांनी ते वाक्य उच्चारले असावे.

''नो, डॉ. खरात...! तुम्हांला जावंच लागेल. तिथे कॉलराने हॅवॉक माजवला आहे. कमिशनर इज अंडर ट्रिमेंडस प्रेशर! यू नो! काल तिथे एक मृत्यू झालाय. आपली आरआरटी (रॅपिड रिस्पॉन्स टीम - शीघ्र प्रतिसाद पथक) तिथे ताबडतोब पोहोचली पाहिजे. यू हॅव टू लिड धिस रॅपिड रिस्पॉन्स टीम...! सोबत लॅबच्या कुलकर्णींना घ्या. मेडिकल कॉलेजचे क्लिनिशयन ऑलरेडी ऑन देअर वे...! दुपारी दोनपर्यंत पोहोचा सोलापुरात...!''

'नाही-होय' म्हणेपर्यंत डॉ. देशमुखांनी फोन ठेवला होता.

''हॅलो डॉ. कुलकर्णी, डॉ. खरात बोलतोय!'' त्यांनी ताबडतोब लॅबच्या डॉ. कुलकर्णींना फोन लावला होता.

''अरे, तयारीत राहा! सोलापूरला जायचंय.''

...

''अहो, कधी म्हणून काय विचारता! आता तासाभरात निघतोय आपण.''

...

''कुलकर्णी, ॲज युज्वल गाडीतळावर बरोबर नऊ वाजता या. मी तुम्हांला पिकअप करतो...!''

डॉ. खरातांनी फोन ठेवला आणि समोर पाहिले तर सौ. खरात सोफ्यावर बसल्या होत्या. त्या त्यांच्याकडे कमालीच्या रागाने पाहत होत्या. ते एकदम ओशाळले आणि म्हणाले, ''मला अचानक सोलापूरला जावं लागतंय....''

"हो, ते कळलं मला; फोनवर ऐकलं मी बोलताना...! आजकाल तुमचे सारे दौरे तुम्ही इतरांना फोनवर बोलतानाच कळतात मला..." सौ. खरात शक्य तितक्या शांत स्वरात म्हणाल्या.

"अरे, आता काय करणार?" खरातांचा केविलवाणा स्वर.

"अहो, पण कुलकर्णींना फोन करण्यापूर्वी आधी मला सांगायला नको!"

"सॉरी म्हणजे... ते चुकलंच माझं...!" सरकारी खात्यात काम करणाऱ्या माणसाला बाकी कोणता लाभ होवो न होवो; पण एक फायदा मात्र नक्की होतो, तो कोणालाही आणि कधीही चटदिशी आणि फार प्रतिष्ठेच्या मुद्दा न करता 'सॉरी' म्हणू शकतो, असे डॉ. खरातांचे मत. अर्थात ते फक्त त्यांच्यापुरतेच खरे होते.

सौ. खरातांनी नाक मुरडले. 'नेहमीचा मानभावीपणा...!' असे काहीसे पुटपुटत त्या किचनकडे गेल्या.

"ट्वेंटी-ट्वेंटी एक बार फिर हार गये, डॉ. खरात!" शंतनु जोरात ओरडला.

"ट्वेंटी-ट्वेंटी वो नहीं, हम हार गये है," संघमित्रा म्हणाली, "अरे, हे सोलापूरला जाणार म्हणजे आपली ट्रिपही बोंबलली दादू...! हे नेहमीचं आहे पॉप्सचं... यांच्या घोळात न पडलेलं चांगलं...! आपलं आपण इन्डिपेन्डट प्लॅन केलेलं चांगलं...!"

विकएंडला जोडून मुलांनी अंजिंठा-वेरुळ पाहण्याचा प्लॅन केला होता. औरंगाबादला पोरांचा मामा राहायचा. अनिलमामा म्हणजे एकदम अवलिया, पोरात पोर होऊन राहणारा, त्यामुळे मुले अगदी हुरळली होती.

नववीत शिकणाऱ्या शंतनुने एकदम चेहरा कसनुसा केला. 'हे माझ्या ध्यानातच आलं नाही.' तो मनातल्या मनात बोलल्यासारखे बोलला.

"तू असतो तंद्रीत... तुझ्या डोक्यात गोष्टी घुसायला जरा वेळच लागतो दादू...!" सातवीतली इवलीशी ठमाकाकू संघा बोलत होती. तोऱ्यात बोलताना तिचे बॉयकट केलेले केस मागेपुढे हलत होते.

शंतनु उगीचच आपला चष्मा काढून टी-शर्टने पुसू लागला.

सकाळी-सकाळी आभाळ भरून आले होते.

"जा बाबा पॉप्स, हे नेहमीचंय तुझं...! तुझ्या तसल्या घाणेरड्या ऑफिससाठी आम्ही कशाला आमची ट्रीप कॅन्सल करू...!" संघा फुरंगटून म्हणाली.

"अरे, काय करणार, आता अचानक असं काही घडल्यावर..." डॉ. खरातांनी

मुलांची समजूत काढायचा प्रयत्न केला.

"बाय द वे, काय झालंय रे त्या सोलापुरात...!" संघा पुन्हा एकदा आजीबाईसारखी बोलली.

"अगं, कॉलराचा आउटब्रेक (उद्रेक) झालाय."

"कॉलरा? म्हणजे काय असतं ते?"

"माय डिअर आलिया, इट इज अ वॉटरबॉर्न डिसिज. दूषित पाण्यामुळे पसरणारा एक आजार आहे कॉलरा." शंतनुने त्याही अवस्थेत संघाला डिवचायची संधी सोडली नाही.

आणि अचानक काहीतरी गवसल्यासारखे डॉ. खरात आनंदाने आणि मोठ्याने ओरडले, "मुलांनो, व्हाय डोंट यू कम विथ मी टू सोलापूर...!"

"काऽऽय! वेडबिड लागलंय का? सोलापूर? तुम्ही तिथं दिवसभर आउटब्रेक इन्व्हेस्टिगेशन करत बसणार आणि मुलांनी काय करायचं?" सौ. खरात अक्षरशः उखडल्या.

"अगं, काही नाही ग, मुलं माझ्या सोबत असतील आणि अगदी बोअरच झाली तर मालतीमावशी आहेच की! तिच्याकडं थांबतील."

"अहो, पण करायचं काय?" शंतनुला पॉप्सच्या चाइल्डिश उत्साहाचे कारणच कळेना.

डॉ. खरातांनी रॅकमधले एक इंग्लिश पुस्तक मुलांसमोर टाकले आणि म्हणाले,

"इट इज ग्रेट स्टोरी...! सोलापूरला आपण तिघेच नाही चाललो...! एक और शख्स भी होगा हमारे साथ...!"

शंतनुने एक नजर पुढ्यातल्या पुस्तकावर टाकली आणि गोंधळलेल्या चेहऱ्याने त्याच्या पॉप्सला विचारले, "कोण?"

"...जॉन स्नो!"

आणि शंतनुने पुस्तकाचे पहिले पान उघडले....

■

१

पोलीस खात्यात नोकरीला असलेला थॉमस लेविस आपल्या पत्नीसह लंडनमधील ४०, ब्रॉड स्ट्रीट येथे राहायला आला ते वर्ष होते १८४०. एका पबच्या बाजूला त्याचे हे घर होते.

या घरात एक-दोन नाही, तर चक्क अकरा खोल्या होत्या. कधीकाळी हे घर कोणा श्रीमंताचे होते. तेव्हा एकच कुटुंब इथे राहत होते. पण आता काळ बदलला. आता या अकरा खोल्यांमध्ये वेगवेगळी अनेक कुटुंबे भाड्याने राहत होती. लेविस कुटुंब त्यातीलच एक. त्या घराच्या बैठकीच्या खोलीत लेविस कुटुंब राहत होते. अशी एकूण वीस माणसे या घरात राहत होती. तरी त्या वेळच्या लंडनच्या तुलनेत हे बरेच होते; कारण त्या वेळी शहरात प्रत्येक खोलीत किमान पाच माणसे तरी राहायची. त्या मानाने अकरा खोल्यांत वीस माणसे म्हणजे गर्दी कमीच होती. म्हणजे त्या काळच्या लंडनमधील हे एक ऐसपैस घर होते.

याच घरात थॉमस लेविसच्या बायकोने... साराह्ने एका मुलाला जन्म दिला. पण हे बाळ जन्मापासूनच आजारी असे. त्याला फारसे बाळसेही नव्हते.

अखेरीस दहा महिन्यांचे असताना त्याचा असाच कुठल्यातरी आजाराने मृत्यू झाला.

१८५४च्या मार्चमध्ये साराह्ने एका गोड मुलीला जन्म दिला. तिचे नाव फ्रान्सिस ठेवण्यात आले. ही मुलगी अंगापिंडाने चांगली धट्टीकट्टी होती. पण साराह् थोडी आजारी असल्याने ती बिचारी आपल्या बाळाला अंगावरचे दूध पाजू शकत नसे. मग बाळाची भूक भागवण्यासाठी भाताची पेज, डाळीचे पाणी असे

काहीबाही ती देत राही.

दुसऱ्या महिन्यात फ्रान्सिस खूप आजारी पडली. पण त्यातून ती बरी झाली. आणि मग त्या संपूर्ण उन्हाळ्यात ती अगदी ठणठणीत होती. कोणता आजार नाही की काही नाही. आपली मुले मजेत असली की आईबापही त्यांच्या बाललीलांनी स्वत: मूल होऊन जातात. तिच्याशी खेळताना थॉमसचे तेच होई... तो आपण पोलीस आहोत हेच विसरून जाई. त्याच्या नोकरीतील टेन्शन्सवर फ्रान्सिस हा हसताखेळता विरंगुळा होता.

पण...!

अठ्ठावीस ऑगस्टच्या सकाळी फ्रान्सिसची तब्येत अचानक बिघडली. सकाळचे सहा वाजले होते. आणि फ्रान्सिसला उलट्या-जुलाब सुरू झाले.

थॉमस अजून झोपेतच होता. काल त्याला बरीच पायपीट करावी लागली होती, त्यामुळे तो जाम दमला होता.

काही काळातच फ्रान्सिसला तीन वेळा जुलाब झाल्यावर मात्र साराह् घाबरली.

कॉलरा तर नसेल? 'नको रे देवाऽऽ!' ती मनाशीच पुटपुटली आणि तिने मुलीचे उलटी-जुलाबाने घाण झालेले कपडे बादलीत टाकून नवऱ्याला आवाज दिला, ''उठा बरं, फ्रान्सिसला उलट्या-जुलाब सुरू झालेत. डॉ. रॉजर्सला बोलवा लगेच...!''

डॉ. जॉन रॉजर्स त्यांच्या घराजवळच प्रॅक्टिस करायचा.

थॉमसला झोपेतून उठावेसे वाटत नव्हते; पण काय करणार?

तो उठला. ''झाली का सुरुवात?'' असे काहीतरी पुटपुटत त्याने कपडे चढवले आणि तो डॉक्टरांना बोलवायला गेला

...आणि साराह् मुलीच्या भिजवलेल्या कपड्यांकडे वळली.

■

१

१८५४च्या ऑगस्ट महिन्यातील सकाळ.

गोल्डन स्क्वेअर, रेजंट स्ट्रीट, लंडन.

जॉन स्नो आपल्या घरात बसला होता. नेहमीप्रमाणे तो कसल्यातरी विचारात होता. समोर पेपर पडला होता.

अचानक त्याचे लक्ष *टाइम्स*मधील एका जाहिरातीकडे गेले –

ताप आणि कॉलरा यांवर हमखास उपाय!

आपल्या घरातील दुर्गंधीयुक्त भागात तसेच आजारी व्यक्तीच्या खोलीत सॉंडर्सचे अत्तर आणि सुगंधी द्रव्ये फवारा. आणि बनवा आपले घर आरोग्यदायी आणि ताजेतवाने...!

आमची अत्तरे आणि सुगंधी द्रव्ये मिनिटांत नाहीसा करतात नकोसा वाटणारा दुर्गंध! आणि आल्हाददायक सुगंधाने भरून टाकतात तुमची कितीही घाणेरडी खोली...!

प्रभावी, संसर्गप्रतिबंधक...!

सॉंडर्स अत्तर फवारा, पळवून लावा कॉलरा...!!!

जे. टी. सॉंडर्स, सुगंधी द्रव्याचे विक्रेते, ऑक्सफर्ड रोड, रिजन्ट सर्कस. किंमत केवळ १ शिलिंग.

जॉनने कपाळाला हात लावला. बराच वेळ तो आपल्या रुंद कपाळावरून अस्वस्थपणे हात फिरवत राहिला आणि स्वतःशीच पुटपुटला, 'मिॲस्मा, मिॲस्मा ॲण्ड मिॲस्मा, ओ माय लॉर्ड व्हॉट टू डू विथ दीज मिऑस्मिट्स?'

लंडन... जगातले एक महत्त्वाचे महानगर. १८३६मध्ये या महानगराच्या ओढीनेच जॉन यॉर्कहून

लंडनला आला होता. जॉनला डॉक्टर व्हायचे होते. या साऱ्या छोट्यामोठ्या स्वप्नांच्या किल्ल्या जणू लंडन महानगरीच्या कंबरेला खोचलेल्या होत्या. आपल्या या गुरुकिल्लीचा शोध घेत-घेत तो या महानगरात पोहोचला होता.

मात्र, लंडन केवळ आकांक्षांचे आणि स्वप्नांचे आगार नव्हते; ते आगार होते कमालीच्या दुर्गंधीचे आणि गलिच्छतेचे...! तीस मैलांच्या परिघात जवळपास पंचवीस लाख माणसे कोंबली होती या शहरात! मधोमध थेम्स नदी वाहत होती. पण कमालीचे बकालपण अवघ्या शहरात भरले होते. या शहरात साफसफाई करणारी मंडळी मोठ्या संख्येने होती. भंगीकाम करणारे, कचरा गोळा करणारे, कातडी कमावण्याकरिता विष्ठा गोळा करणारे, सांडपाण्यात मौल्यवान वस्तू शोधून गुजराण करणारे अशा हजारो कनिष्ठ मानल्या जाणाऱ्या व्यवसायात गुंतलेल्या लोकांचे एक वेगळेच लंडन या महानगरीत वसले होते. झोपडपट्ट्या, फॅक्टरींच्या धुराने आणि धुक्याने लंडन झाकोळले होते. गोरगरीब माणसे खुराड्यात कोंडल्यासारखी दाटीवाटीने राहत होती. तरीही, रोज हजारो आशाळभूतांचे लोंढे कामासाठी, पोट भरण्यासाठी लंडनकडे येत होते. औद्योगिक क्रांतीनंतर उगवलेली ती शहरीकरणाची पहाट होती. डोळे चोळत लंडन या नव्या दिवसाकडे पाहत होते.

शहरातून थेम्स वाहत असली तरी पाणीपुरवठ्याची आणि सांडपाण्याची व्यवस्था फारशी बरी नव्हती. पाणीपुरवठा

करणाऱ्या अनेक कंपन्या असल्या तरी रोज केवळ दोनच तास पाणी मिळे. प्रत्येक घराला वेगळी नळयोजना नव्हती. रविवारी तर पाण्यालाही सुट्टी असे. अशा अनियमित आणि बेभरवशाच्या पाणीपुरवठ्यामुळे पाणी साठवून ठेवावे लागे. जमिनीखाली अनेक विहिरी होत्या. त्या विहिरींवर लोखंडी हातपंप (हापसा) बसवलेले होते. यातील काही हातपंपांचे पाणी पिण्यायोग्य होते; तर काही पंपांच्या पाण्याला उग्र वास येत असे. असे हातपंप घराशेजारी असले तरी लोक त्याकडे फिरकतही नसत. आता कार्नबाय रस्त्यावरील हातपंपाचे उदाहरण घ्या ना! या हातपंपाच्या पाण्याला अत्यंत उग्र वास येत असल्यामुळे ते पाणी कोणालाच आवडत नसे. परंतु शीतल, शुद्ध अशा पाण्यामुळे ब्रॉड स्ट्रीटवरील हातपंपाला मात्र लोकांची अधिक पसंती होती.

शौचालयांची अवस्था तर आणखीनच भीषण होती. त्या वेळी लंडनमध्ये आजच्यासारखे फ्लशचे संडास नव्हते. सगळा मैला ड्रेनेज पाइपने जमिनीखाली एका टाकीत साठवला जाई. या टाकीला 'सेसपूल' म्हणत. हे सेसपूल अगदी भरून वाहू लागले की त्याची दुर्गंधी भोवताली पसरू लागे. भंगीकाम करणाऱ्यांकडून हे सेसपूल साफ करण्याचे काम घरमालक करवून घेत. त्या बदल्यात त्या मजुराला एखादी जीनची बाटली आणि प्रत्येक सेसपूल साफ केल्यानंतर एक शिलिंग अशी मजुरी दिली जाई. ही मजुरी सर्वसामान्य मजुरीपेक्षा साधारण दुप्पट असे. कारण असे गलिच्छ काम करायला कोण तयार होणार?

जॉन पूर्वी राहत असे त्या भागात कितीतरी गाईगुरांचे गोठे, कत्तलखाने, बॉइलिंग हाउसेस, हाडांची स्टोअर्स, धान्याच्या कोठ्या, गवताच्या गंजी, जनावरांच्या विष्ठेचे– खतांचे ढीग असे काहीबाही पसरले होते. या सगळ्या गोष्टी, तुंबलेल्या विष्ठेच्या टाक्या या साऱ्यांची एक असह्य दुर्गंधी साऱ्या वातावरणात भरलेली असे. शहराचे सारे सांडपाणी थेम्स नदीमध्ये सोडले जाई. या साऱ्यांमुळे थेम्ससुद्धा एक वाहते गटार बनली होती.

या साऱ्या दुर्गंधीला 'मिॲस्मा' असा भारदस्त शब्द वापरला जाई. आणि मिॲस्मा हे अनारोग्याचे प्रमुख कारण मानले जाई. अनेक रोग या मिॲस्मामुळे पसरतात, असे डॉक्टर्स तसेच आरोग्याशी संबंधित तज्ज्ञ सांगत. साऱ्या वैद्यकीय जगताची या 'मिॲस्मा थिअरी'ला मान्यता होती.

■

''ओ... व्हॉट इज धिस मिॲस्मा थिअरी?'' संघाने आपला खालचा ओठ दुमडत स्टाईलमध्ये विचारले.

''ए, तू वाच ना! एक तर तुझ्यासोबत वाचत असल्यानं माझं रिडिंगही गंडतंय...!'' शंतनुने त्रासिक चेहरा करून म्हटले.

क्वालिसच्या मधल्या सीटवर बसलेल्या डॉ. खरातांनी मागे वळून पाहत म्हटले, ''अरे, ती विचारतेय ना काहीतरी, तर लेट्स आन्सर हर क्वेरीज!

''त्यालाही माहीत नसेल ना; म्हणून काहीतरी कारणं सांगतोय दद्दू!'' संघा वाकुल्या दाखवत म्हणाली.

गाडी चढावरून एकदम उजवीकडे वळली आणि वाऱ्याची झुळूक आत आली.

''छी... किती घाणेरडा वास...!'' संघाने नाक दाबून धरले.

''दीदी, कुरकुंभ एमआयडीसी हाय ही! केमिकलचं लई कारखानं हायतं हिथं...! त्यापायी वास मारतंय... ह्ये कुरकुंभ ओलांडलं की वास नाय की बास नाय.'' ड्रायव्हर गायकवाडकाका समजावणीच्या सुरात म्हणाले.

''हा घाणेरडा वास येतोय ना, दॅट इज मिॲस्मा...!'' शंतनु ॲटिट्युडमध्ये म्हणाला.

''हो, आणि या मिॲस्मामुळे रोगराई पसरते, असं त्या काळातील डॉक्टरांना वाटे. अगदी प्लेग, कॉलरा यांसारखे सगळे आजार हे या दुर्गंधीमुळे पसरतात, ही त्या काळातील धारणा होती.'' डॉ. खरातांनी स्पष्टीकरण दिले.

यावर लॅबचे कुलकर्णी जोरात हसले.

''का हो, हसलात ते?'' खरातांना त्यांच्या हसण्याचे कारण समजले नाही.

राज्य सार्वजनिक प्रयोगशाळेत बॅक्टेरिओलॉजिस्ट म्हणून कुलकर्णी कार्यरत होते. अतिशय हुशार आणि गमत्या माणूस. ते डॉ. खरातांची खिल्ली उडवत म्हणाले, ''नाही; पण तुम्ही काहीही म्हणा, तुम्हां मेडिकल डॉक्टरांचं आणि बेसिक सायन्सचं जरा वाकडंच आहे म्हणा.''

''घसरले का आम्हां डॉक्टरांवर...! तुम्ही पॅरामेडिकलवाले म्हणजे जळाऊ लाकडाची वखार आहात नुसते!'' खरातांनी तडफेने प्रतिहल्ला केला.

''डॉ. खरात, तुम्हांला जळण्याचा काही वास आला का, ओ माय गॉड... मिॲस्मा...!'' आणि ते हसू लागले. त्यांच्या त्या हसण्याने शंतनुला हसू फुटले. शंतनुला टाळी देत कुलकर्णी म्हणाले, ''अरे, तुला गंमत सांगतो, रेल्वेच्या शोधाची चर्चा सुरू असतानाची गोष्ट... तेव्हा या डॉक्टर लोकांनी इतके घाबरवून टाकले होते. ते म्हणत, 'इतक्या वेगाने चालणाऱ्या रेल्वेत आपण बसलो तर लोकांचा बीपी वाढेल, रक्ताभिसरणावर विपरित परिणाम होईल, रक्ताच्या उलट्या होतील,' यांव होईल अन् त्यांव होईल. आणि आज आपण पाहतो आहोत, काय होतं रेल्वेत बसल्यावर?... काहीऽऽ नाहीऽऽ...! तर, हे या डॉक्टरांचं बेसिक सायन्समधलं घोर ज्ञान...!'' आणि कुलकर्णी पुन्हा हसू लागले.

''काहीतरी सांगता आहात झालं!'' डॉ. खरात खट्टू होत म्हणाले.

''डॉक्टर, जोक्स अपार्ट; पण ही माहिती खरी आहे. आणि गंमत म्हणजे, ही माहिती मला कोणत्याही सायन्सच्या पुस्तकात मिळाली नसून, आपल्या सुनीताबाईंनी जी.एं.ना लिहिलेल्या पत्रांचा जो संग्रह आहे, त्यात हा उल्लेख आला आहे. पहिल्यांदा वाचलं तेव्हा जाम हसलो मी!'' कुलकर्णी सांगत होते. 'मिॲस्मा' हा त्यातलाच एक प्रकार...

''एडविन चॅडविकला काय म्हणाल तुम्ही?'' डॉ. खरात म्हणाले.

''ऑं... हू इज धिस एडविन चॅडविक?'' संघा एकदम डेस्परेट...!

शंतनुने तिला हळूच खुणावले आणि पुस्तकातील एडविन चॅडविकचे छायाचित्र दाखवले. इंग्लिश पोशाखात, टक्कल पडलेल्या, गाल किंचित गोबरे असलेल्या, नाकेल्या माणसाला पाहून ती काहीच इम्प्रेस झाली नाही.

''बेटा, इडविन हा जॉन स्नोचा समकालीन! व्यवसायाने तो वकील होता.

अगदी त्या काळातला बॅरिस्टर-अॅट-लॉ.''

''बट व्हॉट वॉज ही डुइंग इन मेडिसिन, पॉप्स...!'' आता शंतनु कोड्यात पडला होता.

''१८५०च्या आसपास तो लंडनच्या 'जनरल बोर्ड ऑफ हेल्थ'चा अध्यक्ष होता.''

''बोंबला!!!'' हा शंतनुचा सभ्य उद्‍गारवाचक अविष्कार, ''बॅरिस्टर-ऑफ-लॉ आणि बोर्ड ऑफ हेल्थचा प्रमुख. वाचवा रे वाचवा...!''

''ए, तुझ्या गमतीजमती बंद कर हां माय डिअर दद्दू... लेट मी लिसन व्हॉट पॉप्स इज टेलिंग.''

''एडविन चॅडविक हा पुअर कमिशनचा अध्यक्ष होता. कामगारवर्गाच्या सॅनिटेशन समस्येविषयी त्याने लिहिलेला अहवाल, आजही सार्वजनिक आरोग्यातील महत्त्वाचे डॉक्युमेंट मानले जाते. पण या एडविनचा या मिअॅस्मा थिअरीवर प्रचंड विश्वास होता,'' डॉ. खरात सांगत होते, ''त्याचा मिअॅस्मा थिअरीबद्दलचा आग्रह म्हणजे अगदी हट्टाग्रह होता खरे तर. ऑल स्मेल इज डिसिज, अशी त्याची धारणाच होती मुळी! आणि दुर्गंधी जेवढी उग्र तेवढा तीव्र स्वरूपाचा आजार, असं त्याला वाटे. असे तीव्र वास माणसाची शरीरव्यवस्था डिप्रेस करतात आणि त्यामुळे माणूस विविध आजारांना बळी पडू शकतो, हे त्याचं आवडतं तर्कशास्त्र होतं.''

''आणि या दुर्गंधीचं मुख्य कारण होतं– मानवी विष्ठा! या मानवी विष्ठेचं काय करायचं, हा एकूणच मानवी संस्कृतीसमोरचा मोठा प्रश्न...! मानवी विष्ठेचा वापर खत म्हणून करून जमिनीची सुपीकता वाढवणं, हा एक मार्ग होता. पण लंडनमध्ये रोज २० ते २५ लाख लोकांच्या एवढ्या मोठ्या प्रमाणावर निर्माण होणाऱ्या विष्ठेचं काय करायचं, याचा विचार औद्योगिकीकरणापूर्वी करायची वेळच मानवी समाजापुढे आली नव्हती.'' कुलकर्णी म्हणाले.

''अरे, लंडनमध्ये निर्माण होणाऱ्या मानवी विष्ठेची किंमत इंग्लंड, स्कॉटलंड आणि आयर्लंड या ठिकाणी गोळा होणाऱ्या एकूण स्थानिक करापेक्षाही जास्त आहे, असं काही अर्थशास्त्रज्ञ सांगत. आहात कुठं?'' डॉ. खरात म्हणाले.

''एडविन चॅडविकला मानवी विष्ठेचं हे आर्थिक मूल्य मान्य होतं. त्याला तर वाटे, ही विष्ठा थेम्स नदीत सोडली तर मोठमोठे मासे निर्माण होऊन मत्स्योत्पादन वाढेल. आता बोला!''

“छीः... आय डिसलाइक यू ऑल! ओन्ली स्पिकिंग ऑफ शिट अ‍ॅण्ड पॉटी!” संघा नाक मुरडत म्हणाली आणि सगळेच हसू लागले.

“बेटा, पण या एडविनने काय वेडेपणा केला बघ ना! त्याच्या पाठपुराव्यामुळे १८४८च्या दरम्यान इंग्लंडमध्ये कॉलरा बिल मंजूर झालं. हे नुसन्स रिमुव्हल बिल होतं. आणि एडविनच्या लेखी... खरं म्हणजे अनेकांच्या लेखी 'नुसन्स' म्हणजे केवळ स्मेल! या कायद्यानं सारे सेसपूल म्हणजे जमिनीखालच्या विष्ठा-टाक्या नष्ट करण्याचा निर्णय घेण्यात आला. त्या सहा वर्षांत लंडनमधील जवळपास तीस हजार सेसपूल नष्ट करण्यात आले.”

“बट देन व्हॉट अबाउट... मानवी विष्ठा?” शंतनुचा प्रश्न.

“ती सरळ सिवर्समध्ये म्हणजे मोठ्या गटारात सोडली जाऊ लागली आणि तेथून डायरेक्ट थेम्समध्ये!”

“हॉरिबल!” संघाने डोळेच मिटून घेतले.

“माय गॉड, सो दे हॅव कन्व्हर्टेड थेम्स इन टू बिग सेसपूल...!” शंतनुने कपाळाला हात लावला.

“देअर यू आर माय बॉय...! आणि हे सारं पब्लिक हेल्थच्या नावानं चाललं होतं. कारण त्यांना लंडन शहरातील दुर्गंधी नाहीशी करून रोगराई थांबवायची होती.” असे म्हणत डॉ. खरातांनी शंतनुच्या डोक्यावर टपली मारली.

“पण यामुळे पाणी दूषित होऊन त्यामार्गे रोगराई पसरेल हे त्यांच्या गावीही नव्हतं. कारण त्यांना संताजी-धनाजीसारखा झोपेत आणि जागेपणी फक्त एकच मिअ‍ॅस्मा दिसत होता. जणू काही मिअ‍ॅस्मा म्हणजे अदृश्य राक्षस होता, कधीही भक्ष्यावर झडप घालणारा!” कुलकर्णी हसत-हसत म्हणाले.

“या मूर्खपणाला तोड नाही.” शंतनु आश्चर्यचकित झाला होता.

“नो, नो शंतनु, वी आर नोन फॉर सच मूर्खपणा सिन्स एजेस.” कुलकर्णी उपहासाने म्हणाले.

“ह्या... नॉट पॉसिबल!!!”

“अरे बाबा, सोळाव्या शतकात प्लेग आला तेव्हा लोकांना वाटलं हा कुत्र्या-मांजरांमुळे पसरतो. म्हणून यांनी कुत्री-मांजरी मारायला सुरुवात केली. त्यामुळे उंदरांचं प्रमाण वाढलं. नंतर कळलं, अरे, हा तर उंदरांमुळे पसरतो.”

''तरी आपण म्हणतो की माणूस हा बुद्धिमान प्राणी आहे!'' संघा म्हणाली.

''असं कोण म्हणतं? आपणच! दुसरं कुणी म्हणतं का?'' कुलकर्णींच्या चेहऱ्यावर खट्याळ भाव उमटले.

''दुसरं कोण म्हणणार?'' संघा कन्फ्युज.

''अरे, दुसरा कोणता प्राणी वगैरे?''

''छे...!'' संघा कुलकर्णींकडे वेड्या माणसाकडे पाहावे तसे पाहत म्हणाली, ''ते कसं बोलणार?''

''त्यांना बोलता येत नाही म्हणून आपण बुद्धिमान ठरतो काय? म्हणजे, देअर इज नो बडी टू चॅलेंज म्हणून तुम्ही स्वतःलाच प्रमाणपत्र देऊन टाकायचं, वा रे वा!'' कुलकर्णींची बॅट विरेंद्र सेहवागसारखी आडवीतिडवी फिरत होती.

''यू आर मिसिंग द बॉल. जॉन स्नो वॉज ॲन एक्सेप्शन! तो या मिॲस्मावाल्यांशी लढला आणि...'' डॉक्टर खरात काही सांगू पाहत होते.

''आणि... पुढं काय झालं? बोला ना! आता का गप्प् बसलात...'' कुलकर्णी भांडायच्या मूडमध्ये आले होते.

''व्हॉट हॅपन्ड?'' शंतनुने उत्सुकतेने विचारले.

तेवढ्यात संघा मोठ्याने ओरडली, ''पॉप्स, भिगवण!''

''भिगवण! सो व्हॉट...?''

''आय वॉन्ट टू इट चिलापी...!'' या भागात 'चिलापी' नावाचा एक टेस्टी मासा मिळायचा. तो संघाला फार आवडायचा.

''बेटा, वुई आर नॉट ऑन पिकनिक! वुई आर आउट फॉर अ मिशन! सो नो चिलापी ॲण्ड नथिंग... मॉमने भरपूर खाऊ दिलाय तो खात-खात चलायचं...! आणि हो, जॉन स्नो वॉज टोटल व्हेजिटेरियन... सो ॲट लिस्ट आज तरी नो चिलापी!''

''...जॉन, तुम फिश नही खाते थे... जॉन, ये बिलकुल ठिक नही किया तुमने.'' शंतनु एकदम डॉन अमिताभच्या खर्जात म्हणाला आणि सारे मनमुराद हसले.

मॉमने दिलेले थालीपीठ तोंडात कोंबत संघाने पुस्तकाचे पुढचे पान उलटले.

■

जॉनने पुन्हा एकदा वर्तमानपत्रातल्या त्या जाहिरातीकडे पाहिले. 'किंग कॉलरा' तो स्वत:शीच पुटपुटला. कॉलराची भीती इतर कोणत्याही आजारापेक्षा भयंकर होती. कॉलराचे आणि आपले काहीतरी नाते असावे, असे जॉनला कायम वाटे. त्याला आठवले, कॉलरा या आजाराने तो अगदी नवशिका असल्यापासून त्याच्या डोक्याला खुराक दिला होता. हा कसा पसरत असेल, याचे खरेखुरे कारण शोधण्यासाठी तो तेव्हापासून धडपडत होता. कारण मिॲस्मा थिअरी त्याच्या बुद्धीला पटत नव्हती.

इतर कोणत्याही आजाराने येणाऱ्या मरणापेक्षा कॉलराने येणारे मरण अंगावर काटा आणणारे असे. कॉलराचा रुग्ण अगदी बिच्चारा आणि अगतिक होऊन जाई; कारण त्याला वाचवणारा कोणीच नसे. बहुतेक वेळा कॉलऱ्याची लक्षणे रात्री सुरू होत. त्यामुळे अनेक जण रात्री झोपायलासुद्धा घाबरत. न जाणो आपण झोपलो आणि कॉलरा आला तर... एखाद्या भयप्रद प्राण्यासारखी ही भीती होती. भाताच्या पेजेसारखे प्रचंड प्रमाणात होणारे जुलाब, उलट्या यांमुळे शरीरातील पाणी आणि क्षार कमी होई आणि रुग्णाचे हातपाय थंड पडत, रक्तदाब कमी होई. या सगळ्यामुळे रुग्णाच्या चेहऱ्यावर एक निळसर झाक येई. त्यामुळेच अनेक वेळा कॉलरा मृत्यूला 'ब्लू डेथ' म्हणून संबोधले जाई.

निळा मृत्यू...! बाप रे...!

काही वेळा तर पाणी आणि क्षार यांचे शरीरातील संतुलन इतके बिघडे, की मृत्यूनंतरही काही काळ रुग्णाचे स्नायू थरथरत आणि कुणाला वाटे रुग्ण

अजून जिवंत आहे; तर काही जणांना ही भुताटकी वाटे. कधी कॉलराचा रुग्ण जिवंत असतानाच त्याचा अंत्यविधी उरकल्याची एखादी खरी-खोटी बातमी येई आणि त्यामुळे कॉलराची दहशत अजूनच वाढत जाई.

'या एकोणिसाव्या शतकानं आतापावेतो तीन मोठ्या कॉलराच्या साथी पाहिल्या आहेत. १८१७ची पहिली मोठी साथ भारतातून पसरली, तर दुसरी अफगाणिस्तानातून! तिसरीची सुरुवात बाल्टिक बंदरातून झाली. हजारो, लाखो माणसं गेली; बट नो बडी नोज हाउ इट स्प्रेड्स...' अभ्यासिकेतल्या पुस्तकांकडे पाहत-पाहत जॉन विचार करत होता.

नाहीतर काय! काही वेळा तर कॉलरा नियंत्रणात आणण्यासाठी आर्मीला पाचारण केले जाई. बंदुकीच्या गोळ्या कॉलराचे काय वाकडे करणार होत्या? पण तरीही ज्या गावात कॉलराची साथ सुरू आहे त्या गावाला आर्मी वेढा घालून बसे. आर्मीचे लोक कोणालाही गावातून बाहेर जाऊ देत नसत; अगदी निरोगी, धडधाकट

माणसालाही... कारण माणसांच्या मोठ्या प्रमाणावरील स्थलांतरासोबत हा आजार पसरतो, एवढे तर साऱ्यांनाच ठाऊक होते. पण कसा? हे कोणालाच कळत नव्हते.

कॉलराबद्दलची ही भीती तो बिचारा माणूस दगावला तरी संपत नव्हती. कॉलरा-रुग्णांची प्रेतं स्मशानभूमीत इतरांपासून अगदी दूर आणि खूप खोल पुरली जात; कारण आपल्या मृत नातेवाइकांना श्रद्धांजली वाहण्यासाठी स्मशानभूमीत येणाऱ्या इतर धडधाकट मंडळींना त्याचा त्रास होऊ नये.

सारंच भयंकर!!!

त्या हंगेरीतील शेतकऱ्यांना तर वाटे, की हा कॉलरा म्हणजे आजारबिजार काही नाही. हे जमीनदारांचे सर्वसामान्य शेतकऱ्यांविरुद्धचे कारस्थान आहे. गरिबांची संख्या कमी व्हावी म्हणून हे सगळे सुरू आहे. १८३१मध्ये जेव्हा दोन-तीन महिन्यांच्या काळात कॉलराने एक हजार बळी घेतले, तेव्हा या शेतकऱ्यांनी चक्क या जमीनदारांच्या गढ्यांवर हल्ले चढवले. अनेकांची कत्तल केली. हेच प्रकार थोड्याफार फरकाने रशिया, फ्रान्स येथेही घडले. या कारस्थानात डॉक्टरमंडळी श्रीमंतांना सामील आहेत म्हणून त्यांच्यावरही हल्ले झाले. काही जणांना हे भारतीयांसाठी ब्रिटनने तयार केलेले विष आता जगभर पसरत आहे, असेही वाटे.

कॉलरा रॉयट्स... कॉलरा दंगली...!

कॉलराच्या हल्ल्यांनी हतबल झाल्यामुळे माणसांची बुद्धीही हतबल झाली होती. आणि अशा हतबल बुद्धीला मिअॅस्माची कल्पना बरी वाटत होती. वरवर पाहता ही कल्पना लॉजिकल होती; कारण कॉलरा इतक्या वेगाने पसरे, की तो हवेवाटे– तेही दुर्गंधीयुक्त हवेवाटे– पसरत असावा, असे वाटणे स्वाभाविक होते. पण मग हवेवाटे पसरत असेल तर तो काही जणांना होतो आणि काही जणांना नाही, असे का? अगदी घाणीत, गलिच्छ वातावरणात काम करणाऱ्या प्रत्येकाला तो होताना दिसत नाही. मग उत्तर होते, 'प्रिडिस्पोजिशन...!' म्हणजे काही जणांमध्ये या आजाराला पोषक असणारे विशिष्ट दुबळेपण होते, म्हणून तो त्यांनाच होई.

म्हणजे ज्यांची नैसर्गिक प्रतिकारशक्ती कमकुवत आहे, ज्यांचा स्वभाव भित्रा आहे, निकृष्ट आहारामुळे ज्यांचे कुपोषण झाले आहे इत्यादी... आणि अगदी काहीच आढळले नाही तर अनैतिक वर्तन...! अशांना कॉलरा होण्याची शक्यता अधिक असते. हेच ते प्रिडिस्पोजिशन...!

जॉन आपल्या डायरीत लिहू लागला, अडाणीपणा, ना तर्क, ना नेमकी माहिती अशा परिस्थितीत माणसे साऱ्या गोष्टींची कारणे वातावरणावर टाकून मोकळी होतात. राजकीय उलथापालथीची आणि नैसर्गिक आपत्तींची कारणे ग्रहताऱ्यांच्या हालचालींत शोधतात.

आता सैनिक जसे गोळ्यांच्या वर्षावातच वावरत असतात. त्याहूनही अधिक प्रमाणात सारी माणसे वातावरणात बुडालेली असतात. जणू काही सागरातील मासे! मग असे असताना काही लोकच आजारी का पडतात, याचे तर्कसुसंगत कारण तर सांगता आले पाहिजे. मग सोयीचा म्हणून प्रिडिस्पोजिशन हा मुद्दा मांडला जातो. हे प्रिडिस्पोजिशन हिंदू दंतकथेतील पृथ्वी पेलणाऱ्या शेषनागाच्या फण्यासारखे आहे, जे केवळ तर्काची खुंटी निसटलेल्यांच्या मनात असते, दिसत मात्र कोणालाच नाही.

'ही तर्काची खुंटी मी शोधेन. कॉलरा कसा पसरतो, हे मी शोधेन.' जॉनने मनोमन निर्धार केला. खरे तर तो नवशिका होता तेव्हापासूनच या तर्काच्या खुंटीच्या शोधात होता. तो एका निष्कर्षाप्रत आलाही होता. पण तो इतरांना पटणे आवश्यक होते. खुंटी हलवून, ठोकून घट्ट बसवणे गरजेचे होते.

सतत प्रश्न विचारणारे, 'हे असे का? हे असे कसे?' असे लहान मुलासारखे शंकेखोर, प्रत्येक नव्या गोष्टीकडे कुतूहलाने पाहणारे, नवेनवे प्रश्न विचारणारे जिज्ञासू मूल जॉनमध्ये सदैव जागे होते. कॉलरा माणसापर्यंत कसा येतो, हे लक्षात आले की तो रस्ता कसा बंद करायचा, हेही आपोआपच उमगणार होते. जॉनला ही वाट

समजली होती. कॉलरा पाण्याच्या वाटेने येतो, हे त्याचे आजवरचे निरीक्षण होते. पण ओ गॉड! सेव फ्रॉम दिज मिअस्मिट्स...!

■

‘‘कॉर्पोरेशनच्या रुग्णालयात किती पेशंट ॲडमिट आहेत?’’ डॉ. खरात मोबाईलवर कोणाशीतरी बोलत होते.

संघमित्राचे लक्ष पुस्तकातून काही काळ बाहेर आले.

गाडी इंदापूरच्या आसपास असावी. कुलकर्णी डुलक्या घेत होते.

‘माणसाची ‘जर्नी टू नॉलेज’ मोठी इंटरेस्टिंग असते नाही?’ शंतनु स्वत:शीच बोलावे तसे म्हणाला.

‘‘का रे, काय झालं?’’ डॉ. खरातांनी विचारले.

‘‘अहो पॉप्स, या साध्यासुध्या पाण्यावाटे पसरणाऱ्या कॉलराबद्दल किती गैरसमज, किती सुपरस्टिशन्स?’’

‘‘आय टेल यू, एखादा रोग किती भयंकर, हे समजून घ्यायचं असेल ना, तर आपल्या म्हणी, फार काय आपल्या गावाकडल्या शिव्यांचा अभ्यास कर. यु विल गेट इंटरेस्टिंग इन्फो!’’

‘‘शिव्या???’’ संघाने पॉप्सकडे तिच्या वेड्यात काढण्याच्या स्टाईलमध्ये पाहत म्हटले, ‘‘डोंट टेल मी...’’

‘‘येस, शिव्याऽऽऽ आय मीन इट. कॉलरा, प्लेग या रोगांचा हॉरर आपल्याकडील शिव्यांमध्ये रिफ्लेक्ट झाला आहे.’’

संघाने काहीच न बोलता नाक मुरडले.

‘‘यू पिपल लॅक एक्स्पोजर टू अवर रुरल पार्ट्स...! गावाकडे आजही एखादी बाई सहज शिवी देते, ‘तुला गोळा उठला’ किंवा ‘तुला पटकी झाली’, ‘तुझा मुडदा बसवला भिताडाला!’’’ असे म्हणत

डॉ. खरात मोठ्याने हसू लागले आणि कुलकर्णींच्या घोरण्याचा ठेका चुकला.

"अरे डॉक, काय झालं? व्हाय आर यू अब्युजिंग मी? चक्क गावरान शिव्या देऊ लागला तुम्ही."

"कुलकर्णी, आय एम नॉट अब्युजिंग एनीबडी. आय ॲम जस्ट... अरे, मी त्यांना रोगाचा आणि व्यवहारातील शिव्यांचा संबंध समजावून सांगतोय." डॉ. खरातांना हसू आवरत नव्हते.

"बट पॉप्स, व्हॉट इज धिस गोळा ॲण्ड व्हॉट यू सेड..." संघा आठवत म्हणाली, "पटकी...?"

"अरे संघा, गोळा उठणं म्हणजे टू हॅव अ स्वेलिंग ऑर लंप...! प्लेगमध्ये काखेत गोळा उठे, त्याच्याशी संबंधित आहे ही शिवी आणि पटकी म्हणजे कॉलरा. हे आजार कधीकाळी एवढ्या मोठ्या प्रमाणावर प्राणघातक, फेटल होते, की मृत्यू हमखास. त्यामुळे चिडलेल्या बायका भांडताना समोरच्याला अशा हॉरिबल शिव्या द्यायच्या. आजही देतात."

आता मात्र संघालाही हसू आवेरना.

"आणि एखादा आजार जेवढा प्राणघातक, त्याबद्दलची माहिती जेवढी कमी तेवढे त्या आजाराबद्दलचे रुमर्स, सुपरस्टिशन्स जास्त!" डॉ. खरात सांगत होते.

"व्हेरी टू..." कुलकर्णी झोपेतून जागे झाले होते. "गावात एखादी साथ आली तर 'चेटूक करतो' म्हणून एखाद्या निरपराधाला दगडानं चक्क ठेचून मारायचे लोक."

"मृत्यूची भीती एवढी प्रचंड असते, की तिच्या छायेत आपण आपलं माणूसपणही हरवून बसतो अनेकदा!" डॉ. खरात म्हणाले, "रुग्णाला वाळीत टाकणं, त्याला अगदी स्पर्शही न करणं, गावातून हाकलून देणं, हे सगळे प्रकार घडतात."

कुलकर्णी सांगू लागले, "१९९४च्या प्लेग साथीची आठवण आहे ना! तुमचा तो डॉ. तांबवे... रुग्ण 'काखेत खाजतंय' असं म्हणाला तरी त्याला ओपीडीच्या दारातच थांबवायचा आणि शिपायाकडून त्याचा केसपेपर मागवून घेऊन त्याच्यावर चार गोळ्या लिहून द्यायचा. रुग्णालाच काय, त्याच्या केसपेपरलाही हात लावायचा नाही."

"तुम्हांला सांगतो, २००९ची गोष्ट! पुण्याजवळच्या एका खेड्यात १०-१२ वर्षांच्या एका मुलीचा स्वाइन फ्ल्यूने मृत्यू झाला. गरीब शेतमजुराची एकुलती एक मुलगी. लोकांनी त्या पूर्ण कुटुंबाला गावातून हाकलून दिलं. का? तर म्हणे,

तू आमच्या गावात स्वाइन फ्ल्यूची साथ पसरवशील.'' डॉ खरातांनी त्यांना सतत छळणारी ती घटना सांगितली.

लोक एवढे अप्पलपोटे कसे होऊ शकतात, याचे त्यांना नेहमीच आश्चर्य वाटे. अर्थात एचआयव्ही वा एड्सच्या संदर्भात अशा अनेक घटना त्यांनी पाहिल्या होत्या, ऐकल्या होत्या. लोकशिक्षणाचा भाग म्हणून त्यांनी एड्स रुग्णांशी माणसाप्रमाणे वागणे कसे आवश्यक आहे, हे सांगणारा एक लेख स्थानिक दैनिकात लिहिला होता; तर त्यावर टीकेचा भडीमार झाला होता. एका वाचकाने तर 'या रुग्णांना गोळ्या घालून मारलं पाहिजे' असे लिहिले होते.

'आपलं माणूसपण गमावून आपण जिवंत असतो तेव्हा, खरंच आपण जिवंत असतो?' डॉ. खरात पुटपुटले.

''पॉप्स इन ट्रान्स!'' संघाने शंतनुला कोपराने डिवचत म्हटले.

पण मग डॉ. खरातांना एकदम सावित्रीबाई फुले आठवल्या.

''आपण सावित्रीबाईंना पहिली स्त्री-शिक्षिका म्हणून ओळखतो. आणि ते अगदी योग्यही आहे. त्यांनी आणि महात्मा फुले यांनी मुलींची पहिली शाळा काढली. स्त्री-शिक्षणासाठी त्या जगल्या; पण त्या गेल्या कशाने, हे किती जणांना माहीत आहे?'' डॉक्टर उत्तरले आणि शंतनुने संघाकडे पाहत डोळे मिचकावले. बोलता-बोलता ते कुठून कुठे चालले आहेत, हेच त्याला सांगायचे होते.

पण डॉक्टर जे बोलत राहिले त्यातून मुलांना त्याविषयी उलगडा झाला.

१८९६मध्ये पुण्यात आलेल्या प्लेगच्या साथीत सावित्रीबाईंनी प्लेगच्या रुग्णांची शुश्रूषा केली. हा आजार संसर्गजन्य असल्याने त्यांना त्याची लागण होण्याची शक्यता होतीच; पण त्यांनी निडरपणे आपलं काम सुरू ठेवलं. अखेरीस त्यांना प्लेगची बाधा झाली आणि त्यातच त्या गेल्या.''

सारेच क्षणभर स्तब्ध झाले.

''एव्हरी इपिडेमिक हॅज इट्स हिरोज ॲण्ड कॉवर्ड्स!'' डॉ. खरातांच्या बोलण्याने साऱ्यांच्या अंगात एक वेगळीच वीज चमकून गेली.

■

७

'गुरुवार, ७ एप्रिल १८५३! आज मी हर हायनेस राणी सरकारांना क्लोरोफॉर्म दिला.' सकाळच्या वेळी चहाची वाट पाहत-पाहत डॉ. जॉन आपली जुनी डायरी पाहत होता. व्हिक्टोरिया राणीच्या बाळंतपणात राणीला प्रसववेदनेचा त्रास होऊ नये म्हणून डॉ. जॉनला खास पाचारण करण्यात आले होते. 'राणी सरकारांना जवळजवळ त्रेपन्न मिनिटे क्लोरोफॉर्म दिला. त्यांची शुद्ध हरपू नये, मात्र त्यांच्या वेदना कमी व्हाव्यात, याची मी पुरेपूर काळजी घेत होतो. एक वाजून तेरा मिनिटांनी राजपुत्राचा जन्म झाला. काही मिनिटांतच प्लासेंटाही पडला. राणी सरकार अत्यंत आनंदी आणि हसतमुख दिसत होत्या.'

राणी व्हिक्टोरियाला तिच्या आठव्या बाळंतपणात क्लोरोफॉर्म देण्यासाठी डॉ. जॉनला पाचारण केले जाणे, ही त्याच्या कारकिर्दीतील एक बहुमानाची गोष्ट होती.

१८४६पासून त्याचे लक्ष ॲनेस्थेशियाकडे वळले होते. त्या आसपासच अमेरिकेत भूल देण्यासाठी इथरचा वापर सुरू झाला होता. इंग्लंडमधीलही काही डेंटिस्ट (दंतवैद्य) दातांच्या छोट्या-छोट्या शस्त्रक्रिया करण्यासाठी इथरचा वापर करू लागले होते. प्रत्येक नवी गोष्ट जॉनची जिज्ञासा एखाद्या लहानग्यासारखी चाळवे. इथरनेही त्याची झोप उडवली होती. आणि त्याला कारण होते; त्या काळात त्याने पाहिलेल्या शस्त्रक्रिया...! हॉरिबल! ॲनेस्थेशिया नसलेले किंवा असला तरी पुरेसा प्रभावी नसणारे ते दिवस.

डॉ. जॉनला फॅनी बर्नी या सोहोत राहणाऱ्या स्त्री-लेखिकेने सांगितलेला तिच्या स्वत:च्या जीवनातील

प्रसंग आठवला.

तिची मॅस्टॅक्टॉमी (स्तन कापण्याची शस्त्रक्रिया) करावयाची होती. तिच्या घरीच ती करण्यात आली. तिला ऐन वेळी तयार करण्यात आलेल्या एका जुगाड ऑपरेशन टेबलवर झोपवण्यात आले. तिच्याभोवती सात डॉक्टरांचे कोंडाळे होते आणि त्यांच्या हातात थरकाप उडवणारी हत्यारे होती. कापसाची आणि बँडेजची भेंडोळी होती. तिच्या चेहऱ्यावर एक पातळसा रुमाल टाकण्यात आला.

मद्य हेच तिच्यासाठीचे एकमेव वेदनाशामक आणि भुलीचे औषध होते... आणि तिच्या सर्जनने निर्दयपणे तिच्या छातीत सुरा खुपसला. मांस, रक्तवाहिन्या, शिरा यांना कापत तो चाकू बरगड्यांना घासत पुढे-पुढे चालला होता आणि फॅनी जिवाच्या आकांताने कर्णकर्कश्श किंचाळत होती.

सारे संपले तेव्हा तिने पाहिले, सर्जरी करणारा डॉक्टर तिच्यापेक्षा अधिक पांढराफटक पडला होता. त्यातच त्याच्या चेहऱ्यावर रक्ताचे शिंतोडे उडाल्याने तो भयंकर दिसत होता.

या वेदनांना उत्तर शोधण्यासाठी जॉनने दिवस-रात्र एक केले. भुलीसाठी उपयोगी पडू शकतील अशा अनेक रसायनांचा त्याने शोध घेण्याचा प्रयत्न केला. कानॉइक ॲसिड, कार्बोनिक ऑक्साइड, सायनोजेन, डच लिक्विड, अमोनिया, नायट्रोजन असे अनेक पर्याय त्याने शोधून पाहिले. आणि जी-जी रसायने त्याला माणसासाठी निर्धोक आढळली त्याचा माणसावरील पहिला प्रयोग त्याने स्वत:वर केला. स्वत:चे शरीर हीच प्रयोगशाळा बनवली.

इथरचा वापर सुरू झाला होता. पण इथर हे फारसे विश्वासार्ह मानले जात नसे; कारण त्याचा नेमका डोस

किती द्यायचा, हे देणाऱ्याला उमगत नसे. इथरच्या डोसचा आणि शस्त्रक्रिया जिथे सुरू आहे त्या रुमच्या तापमानाचा संबंध आहे, हे जॉनने शोधून काढले. तापमान जसजसे वाढत जाईल तसतसे इथरचा डोसही वाढवावा लागतो, हे त्याने सप्रमाण सिद्ध केले. त्याचा त्याने तक्ताच बनवला. तो *मेडिकल टाइम्स*मध्ये प्रसिद्धही झाला. अर्थात, एवढे सारे करूनही तो लंडनमध्ये भूलतज्ज्ञ म्हणून लगेच नावारूपास आला नाही. मुळात जॉन अबोल, त्याला व्यावहारिक गणितं कळायचीच नाहीत आणि स्वत:ची टिमकीही वाजवता यायची नाही. त्यामुळे मी भूल देऊ शकतो, असे कुठल्या हॉस्पिटलमध्ये जाऊन कोणाला सांगणे ही तर फारच दूरची गोष्ट.

एकदा एक गंमत झाली. जॉन कुठेतरी चालला होता आणि त्याला रस्त्यात त्याच्या ओळखीचा केमिस्ट भेटला.

''हॅलो, गुड मॉर्निंग, काय चाललं आहे?'' जॉनने त्याला प्रेमाने विचारले.

त्यावर तो केमिस्ट एकदम तोऱ्यात म्हणाला, ''डॉक्टर, प्लिज पुन्हा केव्हातरी बोलू. मी खूप गडबडीत आहे.''

''अरे, एवढी कसली गडबड?''

''यू नो डॉक्टर, अरे, जेव्हापासून मी इथर द्यायला सुरुवात केली, तेव्हापासून जेवायला वेळ नाही. अजून दोन पेशंट माझी वाट पाहताहेत.''

तो केमिस्ट निघून गेला. जॉन मात्र विचारातच पडला.

तो त्या केमिस्टला चांगला ओळखत होता. ना वैद्यकीय शिक्षण, ना रसायनशास्त्राचे ज्ञान आणि इथर प्रॅक्टिस? व्हॉट विल हॅपन टू अनफॉर्च्युनेट पेशंट्स? आकाशातील बापच त्यांचा रखवाला...!

या प्रसंगाने जॉन भानावर आला. जिथे योग्यता नसणारी माणसे स्वत:ला न जमणाऱ्या गोष्टी रुबाबात करत आहेत, तिथे आपण आपली योग्यता स्वत:च कशी सांगायची, म्हणून संकोचून बसलो आहोत. जॉनला आपली चूक उमगली आणि तो स्वत: विकसित केलेले इथर मशीन घेऊन हॉस्पिटल्सना भेटू लागला. त्याच्या इथर डोसच्या अचूक मोजमाप करण्याच्या पद्धतीमुळे इथरची विश्वासार्हता वाढली.

इथर बाजूला पडल्यावर क्लोरोफॉर्मवरही जॉनने हुकमत मिळवली.

आणि डॉ. जॉन लंडनचा नामवंत भूलतज्ज्ञ म्हणून गणला जाऊ लागला.

अर्थात हे चुटकीसरशी घडले नाही. बहोत पापड बेलने पडे थे. मुळात वेदना

कमी करण्याचा प्रयत्न करणे, हेच बायबलविरोधी मानले जाई. वेदनेचे काही अज्ञात प्रयोजन आहे. वेदना हा परमेश्वराचा मनुष्यास अधिक शहाणे आणि समंजस करण्याचा मार्ग आहे, अशी धार्मिक लोकांची धारणा होती. त्यामुळे क्लोरोफॉर्म हातात असतानाही शस्त्रक्रियेसाठी ते न वापरणारे सर्जनही होते आणि पेशंटही होते. राणीने आपल्या प्रसूतीच्या वेळी भुलीचा वापर करून लोकांसमोर चुकीचे उदाहरण ठेवले. कारण स्त्रीने अपत्य-जन्माच्या वेदना सहन केल्याच पाहिजेत, अशी अनेकांची धारणा होती.

जॉन एकेक प्रसंग आठवू लागला. तेवढ्यात मिसेस विलियम्सने त्याच्यासमोर चहाचा कप ठेवला आणि विचारले, "आज काही मांसाहारी खाणार आहेस, की तुझं नेहमीचंच गवत आणि घासफूस?"

"अॅज युज्वल मिसेस विलियम्स..." जॉन म्हणाला. त्यावर त्याची घरमालकीण त्याची खेचत म्हणाली, "डॉक्टर, तू लग्न केलं असतंस ना, तर तुझ्या बायकोने नसती चालून घेतली तुझी ही शाकाहाराची थेरं!"

'ही एक गोष्ट राहूनच गेली.' जॉन पुटपुटला.

'या डॉक्टर होण्याच्या धावपळीत लग्न करायचं विसरूनच गेलो.' जॉन पुन्हा पुटपुटला. खरे तर त्याला लहान, निरागस मुले खूप आवडायची. पण....

तो एकदम गतकाळात गेला.

लंडनपासून जवळपास २०० ते २५० मैल दूर असलेल्या यॉर्क गावात त्याचे बालपण गेले. जॉनचे वडील विल्यम कोळसा यार्डात मजुरी करायचे. नाही म्हणायला जॉनच्या आजोळची म्हणजे आई, फ्रान्सिसच्या घरची परिस्थिती जरा बरी होती. यॉर्कला नॉर्थ स्ट्रीटला त्यांचे छोटेसे घर होते, अगदी आउस नदीच्या काठी. काठावर सगळी गोरगरीब माणसे राहायची. पावसाळ्यात नदीला पूर यायचा आणि ती मोठ्या हौसेने या साऱ्या घरांमध्ये घुसायची आणि पाहुणी म्हणून आलेल्या गंगामाईसारखी राहायची. मोठीच तारांबळ व्हायची.

नऊ भावंडांमध्ये जॉन सगळ्यांत मोठा. त्याच्या पाठचे पाच भाऊ आणि तीन बहिणी. घरी गरिबी असली तरी वडील विल्यम मोठे हरहुन्नरी. कोळसा खाणीच्या यार्डात काम करता-करता त्यांनी हळूहळू आपला व्यवसाय बदलला. त्यांनी

घोडागाडी चालवायला सुरुवात केली. वेगवेगळ्या गोदामांना माल पोहोचवण्याचे काम ते करायचे. नंतर त्यांनी या कामातून आलेल्या पैशांतून जमीन आणि तीन-चार घरे विकत घेतली. या घरांमध्ये भाडेकरू ठेवले. ते स्वत: शेती करू लागले. स्नो कुटुंब आर्थिकदृष्ट्या थोडे स्थिरावले.

वडिलांचा हा उद्योगी स्वभाव जॉनने पुरेपूर उचलला होता. लहानपणापासून तो वडिलांना त्यांच्या कामात जमेल तशी मदत करायचा. जॉनची आई फ्रान्सिस शिक्षणाचे महत्त्व ओळखून होती. तिने पदरमोड करून सहा वर्षांच्या जॉनला खासगी शाळेमध्ये घातले. जॉनच्या मामाचा म्हणजे चार्ल्सचा तिला आधार होता. खरे तर मुलाला खासगी शाळेत घालणे स्नो कुटुंबाच्या तेव्हाच्या परिस्थितीला परवडण्यासारखे नव्हते. पण जॉनची हुशारी वाया जाऊ नये, याची ती माउली आपल्यापरीने काळजी घेत होती. जॉनला अभ्यासात विलक्षण गती होती. गणित आणि विज्ञान तर त्याचे अगदी आवडीचे विषय. घरातल्या कामात मदत करत-करत तो अभ्यासही मन लावून करायचा.

जॉन चौदा वर्षांचा असताना त्याचा चार्ल्समामा घरी आला. तो नुकताच दक्षिण अमेरिकेचा दौरा करून परतला होता. तो सगळ्या भाचरांना गोळा करून त्याच्या दक्षिण अमेरिकेतील तीन वर्षांच्या गमतीजमती सांगत होता. जॉन सगळ्या भावंडांत मोठा असल्याने तो मामाला वेगवेगळे प्रश्न विचारून भंडावून सोडत होता. मामा जॉनच्या हुशारीने एकदम प्रभावित झाला.

''फ्रान्सिस, जॉन चांगला तयार झालाय. मुलगा तुझं नाव काढणार...!''

''अरे, आता आठ वर्षं झाली तो इथल्या खासगी शाळेमध्ये शिकतोय. आता त्याचं पुढं काय करायचं, हाच मोठा प्रश्न आहे.'' बहिणीने भावाजवळ आपली अडचण बोलून दाखवली.

''हूं...,'' चार्ल्समामा थोडा विचारात पडला. ''मला काय वाटतंय सांगू... जॉन बुद्धिमान, जिज्ञासू आहे. मुख्य म्हणजे त्याची निरीक्षणशक्ती चांगली आहे, आणि कष्टाला मागे सरत नाही.''

''अरे, हो, पण त्याचं करायचं काय?''

''तेच तर सांगतोय ऐक ना! आपण त्याला डॉक्टर करू या.'' चार्ल्समामाच्या डोळ्यांत एक वेगळीच चमक होती.

"डॉक्टर...!" जॉनची आई हरखून गेली. पण तिला लगेच आपल्या परिस्थितीची जाणीव झाली, "अरे, पण हे कसं होईल?"

"तू त्याची काळजी करू नको. न्यूकॅसलला माझा एक सर्जन मित्र आहे, डॉ. हार्डकॅसल म्हणून. त्या भागातला एकदम नामवंत डॉक्टर आहे तो. आपण जॉनला त्याच्याकडे अप्रेंटिस म्हणून पाठवू या. शिकाऊ डॉक्टर...!" मामाने तोडगा काढला. त्या वेळी डॉक्टर होण्याची ती एक मान्यताप्राप्त पद्धत होती. या अप्रेंटिसशिपनंतर मेडिकल स्कूलची परीक्षा देऊन मग डॉक्टरकीची पदवी मिळे.

आणि चौदा वर्षांचा जॉन डॉ. विल्यम हार्डकॅसल यांच्या न्यूकॅसल येथील दवाखान्यात शिकाऊ उमेदवार म्हणून काम करू लागला. त्याच्या डोळ्यांसमोर तो दिवस जसाच्या तसा उभा राहिला.

■

७

२२ जून १८२७.

उणीपुरी सत्तावीस वर्षे झाली, हा डॉक्टरकीचा प्रवास सुरू करून. अजून शिकतोच आहे. ज्ञानाची, नवनव्या गोष्टी समजून घेण्याची तहान संपायला तयार नाही. तब्बल सहा-साडेसहा वर्षे तो डॉ. हार्डकॅसलच्या तालमीत तयार होत होता. १८३३मध्ये त्याने न्यूकॅसल सोडले आणि तो बनॉप फिल्डला डॉ. वॅटसनकडे गेला. पण तिथे त्याचे मन फारसे रमले नाही. मग तो परत आपल्या गावी यॉर्कला आला. काही महिने त्याने मस्त फिरण्यात घालवले. सहा-सात वर्षांच्या अथक परिश्रमाने तो दमला होता. पण विश्रांती घेणे त्याच्या स्वभावातच नव्हते. नंतर त्याने आडवळणाच्या पटेली ब्रिज या छोट्याशा खेड्यात डॉ. वॉरबर्टन यांचा साहाय्यक म्हणून काम केले.

वयाच्या सतराव्या वर्षांपासून तो शाकाहाराचा आणि मद्यबंदीचा पुरस्कर्ता झाला होता. अगदी या चळवळीचा कार्यकर्ताच! त्याला आठवले त्याने एकदा पटेली ब्रिजच्या नागरिकांसमोर दारूबंदीबद्दल भाषणही केले होते.

खरे तर त्याला फार चांगले बोलता यायचे नाही. आणि तेव्हा तर तो अवघ्या २३ वर्षांचा होता. गावातल्या लोकांसमोर बोलायला तर अगदी कसलेला वक्ता लागतो. त्यांच्या भाषेत, त्यांच्या रोजच्या जगण्यातील उदाहरणे देत बोलावे लागते. जॉन या बाबतीत म्हणावा तेवढा तरबेज नव्हता. मात्र एक होते, जॉन पहिल्यापासून आपल्या मतांवर ठाम असायचा. त्यामुळे त्याच्या भाषणात वक्तृत्व नसले तरी नेमका आणि ठोस विचार असायचा. ते भाषण तर

त्याने लिहूनच काढले होते.

तो बोलत होता –

मद्यामुळे शरीरावर किती वाईट परिणाम होतो, हे तुम्हांला सांगणे माझे कर्तव्य आहे असे मी मानतो. दारू अगदी कमी प्रमाणात घेतली तरी ती दारूच असते आणि तिचे व्हायचे ते दुष्परिणाम होतातच...!

मद्यामुळे येणारी दुःखे आणि घडणारे अपराध यांची नुसती आठवण जरी केली तरी कोणालाही या विषयाचे गांभीर्य कळल्याशिवाय राहणार नाही. आणि मद्यपान न करणे हाच यावरील एकमेव उपाय आहे. दारू सोडणे अथवा न पिणे हा काही स्वतःवरील अन्याय नाही, की हा कसल्याही प्रकारचा त्यागही नाही. अथवा आपण समाजहितासाठी केलेली बाब नाही. मद्यपान न करणे म्हणजे आपण आपल्यालाच न्याय देण्यासारखे आहे.

याकडे होणारे दुर्लक्ष अविवेकी आणि आपल्याच पायावर कुऱ्हाड मारून घेण्यासारखे आहे.

मद्यपान करणे इतके सार्वत्रिक, इतके फॅशनेबल आणि महत्त्वाचे का झाले आहे? उच्च वर्गातील लोकांचे अनुकरण करायला प्रत्येकालाच आवडते. मद्यपान नाही केले तर आपली प्रगती वेगाने होणार नाही, असे अनेकांना वाटते नव्याने पिणाऱ्याला

दारूची चव कडवट लागली किंवा तिच्यामुळे त्याचे डोके दुखू लागले तरी त्याला वाटते, मी अजून कच्चा आहे, नवा आहे, म्हणून मला असे होत आहे. अजून काही दिवसांनी मलाही इतरांसारखीच मजा येऊ लागेल. आणि म्हणून तो त्रास होऊनही पीत राहतो.

आपल्याला असे वाटते की, दारू प्रमाणात घेतली तर चांगली आहे म्हणून मी प्रमाणात घेईन. पण हे प्रमाण कोण ठरवणार? आणि प्रमाणात जुगार खेळलो तर ते चांगले ठरेल का? सांगा ना..।.

आपण कारणे अनेक सांगतो, मी खूप कष्टाचे काम करतो म्हणून थोडीशी घेतली की ताण हलका होतो किंवा मला डॉक्टरांनीच थोडीशी घ्यायला सांगितली आहे. माझ्या पोटदुखीकरिता घेतो मी...! थोडक्यात काय, पिनेवाले को पिने का बहाना चाहिये...!!

कारणे काहीही असली तरी खरी गोष्ट अशी असते की, आपल्याला दारू प्यायची असते आणि आपण फक्त कारणे शोधत असतो.

अनेकदा तरुण आपले तथाकथित दु:ख आणि निराशा बुडवण्यासाठी या द्रव्याचा उपयोग करतात आणि आपली सुखाची वाट हरवतात. त्यामुळे आपणां सर्वांना माझी हात जोडून विनंती आहे की, आपण या मद्याच्या सवयीचा सर्व बाजूने विचार करावा. आपणांस या रसायनामध्ये नुकसानीशिवाय काहीही आढळणार नाही, अशी माझी प्रामाणिक धारणा आहे.

जॉनला वाटले, तो चांगला प्रवचनकार झाला असता. नाही तरी त्याच्या क्रमांक दोनच्या भावाने पुढे तोच व्यवसाय पत्करला. त्याला डॉक्टर व्हायचे होते आणि पुढल्या शिक्षणासाठी लंडनला जायचे त्याच्या मनाने घेतले होते; पण त्यासाठी पैशांची तजविज करणे भाग होते. डॉक्टरकडे असिस्टंट म्हणून काम करताना बऱ्यापैकी पैसे मिळत. ते लंडनला जायला, तिथे जम बसेपर्यंत उपयोगी पडतील म्हणून त्याने हे पटेली ब्रिजचे काम स्वीकारले होते.

डॉ. जॉनला आठवले, किती दमला होता तो लंडनला पोहोचला तेव्हा!

एका स्वप्नाचा पाठलाग करत-करत तो इथवर आला होता. यॉर्क ते लंडन हा प्रवास त्याच्याकरिता सोपा नव्हता. प्रवासासाठी काही कोचेस असत; पण ते त्याला ते परवडणे शक्य नव्हते. २००-२५० मैल चालत त्याने लंडन गाठले. त्याच्या असीम जिद्दीला अशक्य काहीच नव्हते. यॉर्कवरून येताना लिव्हरपूलला येण्यापूर्वी ओलांडलेल्या पेनाइन्झ टेकड्या त्याला आठवल्या. चढण कठीण होती; पण निसर्ग किती सुंदर होता. झोंबणारे वारे, डुलणारे गवत, आभाळात चाललेली रंगपंचमी...! त्याला वाटले, हे आपण पाहत असलेल्या स्वप्नांची सुरुवात आहे. पण टेकड्या उतरताना तो थकला होता. नंतर दक्षिणेकडे वेल्समधून तो चालत राहिला. वेल्स टेकड्यांनीही त्याच्या जिद्दीची परीक्षा घेतली. ग्लॉउकेस्टरच्या दगडी पुलावरून त्याने सेवेर्न नदी ओलांडली. आणि मग मात्र तो बाथ येथे थांबला. तेथे थांबणे तर भागच होते. बाथची बातच कुछ और होती, कारण इथे त्याचा चार्ल्समामा राहत होता. आजवरच्या वाटचालीत त्याचीच साथ होती. मामाची आणि त्याची खूप गट्टी जमे. मुळात चार्ल्सला वेगवेगळ्या विषयांच्या अभ्यासात, वाचनात, पुस्तकांमध्ये खूप रस. तो व्यवसायही पुस्तकांचाच करत असे. त्याला न भेटता लंडनला जाणे शक्यच नव्हते. मामाकडे मुक्काम करून जॉन ताजातवाना झाला आणि त्याने राजधानीची वाट धरली.

लंडन... त्या वेळच्या जगातील सर्वात मोठे शहर.

यॉर्कमधल्या एका मजुराचा जिद्दी मुलगा डोळ्यांत मोठमोठी स्वप्ने घेऊन लंडनला आला होता. सोहो विभागातील विंडमिल रस्त्यावरील हंटेरिअन मेडिकल स्कूलमध्ये जॉनने आपले नाव नोंदवले. इथेच त्याला जोशुआ पार्सन, बेंजामिन रिचर्डसन हे मित्र भेटले.

सोहोतल्या तीन मजली बॅटमन इमारतीत तो राहू लागला. विद्यार्थी, छोटीमोठी नोकरी करणारे एकटेदुकटे लोक या इमारतीत राहत असत. लंडनच्या इतर भागांच्या तुलनेत या भागात स्वस्तात खोल्या मिळत. खिशाचा सल्ला घेतल्याशिवाय कोणताही निर्णय घेणे शक्य नव्हते आणि मेडिकल कॉलेज जवळच होते, हाही फायदा होताच.

चहाचा आस्वाद घेत-घेत जॉन खिडकीपाशी आला. त्याने दूरवर नजर

टाकली. १८३६मध्ये लंडनमध्ये आला तेव्हा तो ज्या सोहो भागात राहिला होता, तो भाग आता या घरातून दिसत नसे. दोन रस्ते ओलांडले की मग सोहो लागे. सोहो विभागाचा इतिहास खरे तर भयप्रद होता. सतराव्या शतकात लंडनमध्ये प्लेगची मोठी साथ आली होती. असंख्य लोक मृत्युमुखी पडले होते. तेव्हा त्यांना या सोहो परिसराच्या आसपास पुरण्यात आले होते. म्हणजे ही होती एके काळची स्मशानभूमी पण वाढणाऱ्या लंडनच्या लोकसंख्येला विस्ताराला जेव्हा जागाच उरली नाही, तेव्हा इथेही वस्ती तयार झाली.

स्मशानात केवळ भुते असतात, ही अंधश्रद्धा...! स्मशानातून नवीन स्वप्ने फुलतात, हे कोण नाकारील?

■

''पॉप्स, हा माणूस निव्वळ प्रऽचंऽडऽ आहे.'' संघा एकदम भारावून म्हणाली, ''ऑल द वे यॉर्क टू लंडन चालत येतो हा...! कमाल आहे.''

''नाही तर आम्ही... कोथरुड डेपो ते एसएनडीटी जाण्याकरिता आम्हांला स्कूटी लागते. आईने सोडवायला यावं लागतं, चालणं दूरच... बससुद्धा चालत नाही.'' शंतनुने संघाची खिल्ली उडवली.

संघमित्राने शंतनुकडे दुर्लक्ष केले. कारण जॉनने शिक्षणासाठी केलेली ही पदयात्रा वाचताना ती स्वत:च मनातल्या मनात खजील झाली होती. सुखसोयींची किती सवय झालीय आपल्याला... बाय डिफॉल्ट आपण साऱ्या गोष्टी गृहीत धरतो. शाळेत जायला आपल्याला स्कूटी लागते. पिक्चरला किंवा शॉपिंगला जायचे असेल तर पॉप्ससोबत कारमधून जायला हवे, तेही सिझन कोणताही असो, एसी ऑन...!

''यू आर राइट दादा.'' संघा चक्क तिला न शोभणाऱ्या समंजस आणि विनम्र स्वरात म्हणाली.

''जॉन स्नो झिंदाबाद!'' शंतनु एकदम विजयी स्वरात ओरडला.

''संघा, अगं, खरंय तुझं. जॉन स्नो वाचताना त्याचं हे मोठेपण आपल्याला सतत जागोजागी दिसतं. आपल्या क्षेत्रात पुढे-पुढे जात राहण्याची, एक्सेल करत राहण्याची त्याची वृत्ती आपल्याला आश्चर्यचकीत करते.'' डॉ. खरात सांगू लागले, ''अरे, लंडनमध्ये गेल्यावर त्याने ज्या वेगाने प्रगती केली ते पाहा ना! त्यावरून त्याची डॉक्टर बनण्याच्या आपल्या ध्येयावर किती अविचल निष्ठा होती, ते आपल्या लक्षात येतं.''

कुलकर्णी म्हणाले, ''लंडनला आल्यानंतर अवघ्या दोनच वर्षांत जॉन रॉयल कॉलेज ऑफ सर्जन आणि औषधशास्त्रातील क्वालिफाइंग परीक्षा पास झाला. त्यामुळे त्याला वैद्यकीय प्रॅक्टिसची परवानगी मिळाली. पण जॉनला तिथंच थांबायचं नव्हतं. त्याला लंडन विद्यापीठाची पदवी खुणावत होती. १८४३मध्ये त्याने लंडन विद्यापीठाची एमबी पदवी मिळवली आणि मिस्टर जॉन स्नो आता डॉ. जॉन स्नो म्हणून गणले जाऊ लागले. पुढच्याच वर्षी डॉ. जॉन यांनी लंडन विद्यापीठाच्या एमडी पदवीला गवसणी घातली.''

''हे जरा फारच होतंय नाही का, म्हणजे बसेल त्या परीक्षेत यश...! नो क्लास नो ट्युशन्स...!'' शंतनु गमतीने म्हणाला.

''अरे, सेल्फ मोटिवेशन ये चीज ही कुछ और होती है... सच सेल्फ मोटिवेटेड पिपल ॲचिव व्हॉट दे डिझायर.'' कुलकर्णी एकदम बॉलिवुड स्टाईलमध्ये बोलले.

''ग्रंथपालाने लिहिलं आहे, हा जॉन शांतपणे आपल्या अभ्यासात एवढा बुडालेला असायचा, की हा एका कोपऱ्यात पुस्तकात डोकं खुपसून तासन्‌तास बसलेला असायचा. एखादं पुस्तक अवघड वाटलं तर स्वारी चक्क लायब्ररीयनला सांगायची, 'हे पुस्तक समजायला जरा अवघड वाटतंय. याच विषयावरील दुसरं एखादं पुस्तक आहे का तुमच्याकडे?''' डॉ. खरातांनी माहिती दिली.

''एवढ्या कॉन्सन्ट्रेशनने काही वाचणं, स्टडी करणं आम्हांला किती कठीण झालंय. जरा काही रीडिंग सुरू करावं की मोबाईलवर मेसेज आल्याचा आवाज येतो, फेसबुक हाका मारतं. व्हेरी डिफिकल्ट...!'' शंतनु निराशेने पण एखाद्या आजोबासारखा बोलला.

''डॉ. स्नोची प्रॅक्टिस जोरात चालली असेल नाही?'' संघाने एकदम विचारले.

''नो संघा, मेडिसिन इज सायन्स बट मेडिकल प्रॅक्टिस इज ॲन आर्ट. डॉ. जॉनसारखा कमी बोलणारा, जे काही बोलणार ते खरंच बोलणारा, श्रीमंत पेशंटच्या आजारपणाच्या चाळ्यांना चक्क 'तुम्हांला काहीच झालं नाही' म्हणून कटवणाऱ्या डॉक्टरची प्रॅक्टिस चालणार कशी? थोडीतरी भोंदूगिरी आली पाहिजे.'' कुलकर्णी उत्तरले आणि एकदम हात उंचावून म्हणाले,

सामर्थ्य आहे प्रॅक्टिसचे । जो जो करील तयाचे।।
परंतु तेथ भोंदूगिरीचे । अधिष्ठान पाहिजे।।

“नाही, नाही, कुलकर्णी... असंच काही नाही. सर्व डॉक्टरांना एकाच तराजूत तोलू नका. डॉ. जॉनची प्रॅक्टिस सुरुवातीला अजिबात चालली नाही, हे खरंच. बराच काळ त्याने नागरिक संघटनांनी गरीब रुग्णांसाठी चालवलेल्या रुग्णालयात काम केलं. त्याने स्वत: गरिबीचे चटके अनुभवले होते. त्यामुळे त्याला समाजातील गोरगरीब लोकांबद्दल कणव होती. पैशाचा, श्रमाचा विचार न करता डॉ. जॉन काम करत राहायचा.” डॉ. खरात समजावून सांगत होते.

“इथर आणि क्लोरोफॉर्मवरील त्यांच्या यशस्वी प्रयोगानंतर मात्र डॉ. जॉन एकदम बिझी झाला. लिडींग अॅनेस्थेसिस्ट ऑफ लंडन... फ्रॉम क्विन टू बिशप्स वाइफ एव्हरी इलिट ऑफ लंडन वॉज हिज पेशंट.” कुलकर्णी त्यांच्या नेहमीच्या उत्साहाने म्हणाले.

“जॉन स्नो शाकाहारी होता?” संघाचे मत्स्यप्रेम पुन्हा उसळून आले.

“वयाच्या सतराव्या वर्षांपासून तो शाकाहारी झाला.” डॉ. खरातांनी माहिती दिली.

“का? त्या वर्षीच असं काय झालं की सडनली ही बिकम व्हेजिटेरियन?”

“फ्रँक न्यूटनचं *द रिटर्न टू नेचर - अ डिफेन्स ऑफ व्हेजिटेबल रेजिमेन* हे शाकाहाराचं महत्त्व सांगणारं पुस्तक त्याच्या वाचनात आलं. या पुस्तकाने स्नो अत्यंत प्रभावित झाला आणि त्याने शाकाहार सुरू केला. मद्यपानही वर्ज्य केलं.”

“आणि हे त्याने आयुष्यभर पाळलं?”

“पुढील आठ वर्षं तर नक्कीच पाळलं...नंतरही क्वचित त्याच्या मित्रांच्या आग्रहाने तो थोडंसं नॉनव्हेज - वाईन घेत असे. पण एकूण त्याचा भर शाकाहारावर होता, हे मात्र खरं.” डॉ. खरात सांगत होते, “आणि तरीही त्याच्या मिश्राहारी मित्रांपेक्षा शारीरिक क्षमतेत तो कुठेच कमी नव्हता. जॉन पट्टीचा पोहणारा होता. मात्र, या विचित्र हट्टापायी त्याने आपल्या प्रकृतीचं नुकसान करून घेतलं, असं त्याच्या डॉक्टर मित्रांना वाटायचं.”

“पण तुम्हांला खरं सांगू? जॉन हा मुळात संशोधक वृत्तीचा माणूस. लंडनमध्ये आल्या-आल्या जॉन वेस्टमिस्टर मेडिकल सोसायटीचा सदस्य झाला. या संशोधन सोसायटीच्या प्रत्येक मीटिंगला तो हजर असे.”

“अहो, सुरुवातीला तर कुणी त्याच्याकडे लक्षही देत नसे. जॉनचं बोलणं

सौम्य, हळू आवाज, त्याचा कोणावरही काही प्रभाव पडत नसे. इतर सदस्यांना तर त्याचं नेमकं नावही बऱ्याच काळ माहीत नव्हतं. अनेकदा त्याचं नाव माहीत नसल्याने त्याचा उल्लेख 'शेवटचा वक्ता' किंवा 'मधल्या रांगेत डावीकडे बसलेल्या वक्त्याने' अशा शब्दांत केला जाई.

''पण हळूहळू त्याचे मुद्दे आणि त्यातील नेमकेपणा सगळ्यांच्या लक्षात येऊ लागला आणि वेस्टमिस्टर संशोधन सोसायटीतील लोक त्याला ओळखू लागले.''

''डॉ. जॉन यांनी ज्या-ज्या विषयांवर संशोधनपर लेख लिहिले ते जरी आपण लक्षात घेतलं तर त्यांच्या रिसर्चचा अत्यंत ब्रॉड असा कॅनव्हास आपल्या लक्षात येतो.'' शंतनु पुस्तकातील परिशिष्ट दाखवत म्हणाला.

संघा वाचत होती :

नवजात अर्भकातील श्वासावरोध व उपचार

छातीत साचलेले पाणी / रक्त काढणारे यंत्र

प्रसूतीनंतर अडकलेला प्लासेंटा - करावयाचे उपचार

केशवाहिन्यांमधील रक्ताभिसरण

क्लोरोफॉर्म आणि इथर

कॉलरा कसा पसरतो?

यादी संपली नव्हती, पण संघा वाचता-वाचता थांबली.

''माय गॉड, हा माणूस बालरोगतज्ज्ञ होता, की स्त्री रोगतज्ज्ञ, की भूलतज्ज्ञ, की सार्वजनिक आरोग्यतज्ज्ञ, की... फिजिऑलॉजिस्ट!'' संघा निव्वळ मॅड झाली होती.

■

३ सप्टेंबर १८५४, रविवार.

जॉन स्नो आपल्या स्टडीत बसून आपल्या कॉलरावरील संशोधन-निबंधाचे लेखन करत होता.

'On The Mode of Communication of Cholera' हा त्याचा संशोधनपर निबंध पाच वर्षांपूर्वीच *लंडन मेडिकल गॅझेट*मध्ये प्रसिद्ध झाला होता. कॉलरा पाण्यामार्फत पसरतो, हे सिद्ध करण्याकरिता त्याने अनेक उदाहरणे दिली होती. पण वैद्यकीय बुद्धिमत्तेभोवती जमलेल्या मिॲस्माच्या ढगांना तो भेदू शकला नव्हता. तो आता या निबंधाचे पुनर्लेखन करत होता.

''इतका सरळ साधा पुरावा असताना तुम्हां मंडळींना पटत कसा नाही, हेच मला कळत नाही. बिलिव्ह मी कॉलरा स्प्रेड्स थ्रू वॉटर!'' तो एकदा मित्रांशी चर्चा करताना पोटतिडकीने म्हणाला होता.

''बट जॉन, यू मस्ट अंडरस्टँड, वी ऑल ड्रिंक वॉटर. अरे, आपण सगळेच पाणी पितो. मग कॉलरा केवळ काहींनाच का होतो?''

''आय मिन टू से कंटामिनिटेड वॉटर. माझी अशी धारणा आहे की, कॉलराचं असं एखादं पॉयझन असावं की जे स्वनिर्मिती करत असावं.''

खरे तर त्याला कॉलरा जर्मचा उल्लेख करावयाचा होता. पण तो तर कुणालाच पटला नसता, म्हणून त्याने मोठ्या खुबीने आपले मत वेगळ्या भाषेत व्यक्त केले. पॉयझन विच मल्टिप्लाइज... म्हणजे जर्म (जीवाणू) असेच त्याला म्हणावयाचे होते. पण तो 'जर्म' हा शब्द टाळत होता. कारण त्याला वैद्यकीय क्षेत्रातून मोठा विरोध झाला असता.

त्याच्या बोलण्याला सारे विरोध करत होते.

"विशिष्ट पाणी प्यायल्यामुळे लोक कॉलराने आजारी पडतात आणि ते न प्यायलेल्यांना मात्र कॉलरा होत नाही, हे सप्रमाण सिद्ध करावं लागेल तुला!" त्याचा एक मित्र म्हणाला.

त्यालाही ते पटत होते.

एका मोठ्या प्रमाणावरील प्रयोगाची आवश्यकता होती.

पाच-सहा वर्षांपासून तो लंडनच्या पाणीपुरवठा पद्धतीचा अभ्यास करत होता. लंडनमध्ये अनेक पाणीपुरवठा कंपन्या शहराच्या विविध भागाला पाणी पुरवण्याचे काम करत. ईस्ट लंडन, ग्रॅण्ड जंक्शन, वेस्ट मिडलसेक्स, चेलेसा अशा वॉटर सप्लाय कंपन्या असल्या, तरी लंडन शहराला पाणीपुरवठा करणाऱ्या दोन प्रमुख कंपन्या होत्या – 'साउथवॉर्क अ‍ॅण्ड वॉक्सहॉल' आणि 'लॅम्बेथ'. जॉन या दोन्ही कंपन्यांच्या पाणीपुरवठा पद्धतीचा, त्या कोणत्या भागाला पाणी पुरवतात, त्या भागात कॉलराचे प्रमाण काय आहे, या साऱ्या बाबींचा त्याच्या खास पद्धतीने कीस पाडत, अगदी बारकाईने अभ्यास करत होता.

रजिस्ट्रार कार्यालयातील मृत्यूच्या नोंदींवरून त्याच्या लक्षात आले होते की, १८५० पूर्वी या दोन्ही कंपन्यांच्या कार्यक्षेत्रात आढळणाऱ्या कॉलरा मृत्यूमध्ये सहज नजरेत भरावा असा लक्षणीय फरक नव्हता. पण १८५०मध्ये पार्लमेंटमध्ये एक कायदा मंजूर करण्यात आला. त्यात लंडनला पाणीपुरवठा करणाऱ्या सर्व कंपन्यांनी आपले पाणी शहराच्या वरच्या बाजूला म्हणजे लंडनचे सांडपाणी-मैला थेम्समध्ये मिसळण्यापूर्वी उचलावे, असे बंधन घातले.

यानंतर एक महत्त्वाचा बदल झाला. सर्व कागदपत्रांचा सूक्ष्म अभ्यास करणाऱ्या जॉनने ते बरोबर टिपले. या कायद्यानंतर एक-दोन वर्षांतच लॅम्बेथ वॉटर सप्लाय कंपनीने आपली थेम्समधून पाणी उचलण्याची जागा शहराच्या वरच्या बाजूस म्हणजे 'थेम्स डिट्टन' भागात हलवली. ही जागा ज्या ठिकाणी लंडनचे सांडपाणी-मैला थेम्सला मिळे, त्याच्यापेक्षा बरीच वरच्या भागात होती. त्यामुळे लॅम्बेथला अर्थातच स्वच्छ पाणी मिळे. मात्र, पार्लमेंटचे हे म्हणणे साउथवॉर्क अ‍ॅण्ड वॉक्सहॉल या कंपनीने फारसे मनावर घेतले नाही. या कंपनीने मात्र आपली पाणीउचल बॅटर सी

या वॉक्सहॉल पुलाजवळील दक्षिण लंडनमधील ठिकाणी सुरूच ठेवली. इथे थेम्स येईपर्यंत तिच्यात लंडनचे सारे सांडपाणी-मैला मिसळले जाई. असे घाणेरडे पाणी कंपनी आपल्या ग्राहकांना पुरवत होती.

१८५३मध्ये सुरुवातीला जॉनने स्वतः काही भागात सर्वेक्षण केले. त्याने तपासलेले कॉलराचे अडतीस मृत्यू साउथवॉर्क अ‍ॅण्ड वॉक्सहॉल कंपनी ज्या भागात पाणीपुरवठा करत होती त्या भागातील होते; तर लॅम्बेथ कंपनीच्या भागात केवळ चार मृत्यू झाले होते. हा फरक लक्षणीय होता.

केवळ एवढ्यावर थांबून चालणार नाही, हा प्रयोग अधिक मोठ्या प्रमाणावर केला पाहिजे, असे जॉनने मनोमन ठरवले.

शिस्तबद्ध मार्गाने आपले संशोधन करणे हे जॉनचे अंगभूत वैशिष्ट्य! तो एकच बाब अनेक अंगाने तपासून बघे.

त्याने पार्लमेंटचा पाणीपुरवठ्यावरील अहवाल वाचला. साउथवॉर्क अ‍ॅण्ड वॉक्सहॉल कंपनी लंडनमधील सुमारे चाळीस हजार घरांना पाणी पुरवत होती; तर लॅम्बेथ कंपनी जवळपास सव्वीस हजार घरांची तहान भागवत होती.

अधिक मोठ्या प्रमाणावर सर्वेक्षण करावयाची गरज होती, म्हणजे त्याच्या म्हणण्याला अजून पुष्टी मिळाली असती. अ‍ॅनेस्थेशियाची प्रॅक्टिस करत-करत सर्वेक्षणासाठी दारोदार हिंडणे म्हणजे महाकठीण काम होते. तो लंडनचा प्रमुख भूलतज्ज्ञ होता. प्रचंड बिझी; पण जॉन स्वतःला प्रचंड ताण देत होता. दिवसा-रात्री, मिळेल त्या वेळेत तो लंडनच्या गल्लीबोळांतून फिरत होता, कॉलराग्रस्त घरांना भेटी देत होता.

पाणी कुठून येते तुम्हांला? आजारी पडण्यापूर्वी रुग्ण अजून कुठे गेला होता का? काय व्यवसाय होता त्याचा? व्यवसायाच्या जागी कोणता पाणीपुरवठा आहे?

एक ना अनेक, प्रत्येकाला तो प्रश्न विचारत होता. त्यांच्या पाणीपुरवठ्याच्या जागा स्वतः पाहत होता. त्यांच्या नोंदी आपल्या नोटबुकमध्ये करत होता. त्याचे नोटबुक दिवसेंदिवस अधिकाधिक जाडजूड होत चालले होते.

तपासण्यासाठी पाण्याचे नमुने घेत होता. कॉलराने त्याला पुरते पछाडले होते.

हा आशियात उगवलेला गंगेकाठचा आजार इथे येतो कोठून? पसरतो कसा? या एकाच प्रश्नाचे उत्तर शोधण्याकरिता त्याने सारे काही पणाला लावले होते. जिथे-

जिथे कॉलरा तिथे-तिथे तो हजर असे. सारे सर्वेक्षण स्वतःच करावे, असे त्याला वाटे; पण ते अशक्य होते.

अखेरीस त्याने या सर्वेक्षणासाठी डॉ. जोसेफ व्हायटिंगची मदत घेण्याचे ठरवले. त्याने जोसेफकडे काही भाग सर्वेक्षणाकरिता सोपवला. हे सर्वेक्षण, संशोधनपर निबंधाचे प्रकाशन, हे सारे तो पदरमोड करून करत होता. आपल्या कष्टाच्या प्रॅक्टिसमधील कमाई तो कॉलरा संशोधनावर खर्च करत होता.

८ जुलै ते ५ ऑगस्ट १८५३ या चार आठवड्यांच्या काळात लंडनमध्ये कॉलरामुळे जवळपास ५६३ लोकांचा मृत्यू झाला होता. यातील शक्य त्या, विशेषतः लंडनच्या दक्षिण भागातील रुग्णांचा शोध घेण्यात आला आणि सर्वेक्षणाचे रिझल्ट हातात आले. जॉनने विश्लेषण केले.

बाप रे...! साउथवॉर्क अ‍ॅण्ड वॉक्सहॉल कंपनी ज्या घरांना पाणीपुरवठा करत

होती, त्या घरांमध्ये २८६ मृत्यू झाले होते. लॅम्बेथ कंपनीच्या क्षेत्रात फक्त चौदा!

मृत्यू झालेल्यांपैकी चोवीस जण सरळ थेम्स नदीवरून पाणी भरत होते. चार जण आपापल्या भागातील हातपंपाचे पाणी पित होते. चार जण चक्क आपल्या परिसरात साचलेल्या डबक्यातील पाण्याने आपली तहान भागवत होते.

इतर काही जणांचे पाणी नक्की कोणत्या कंपनीचे आहे, हे निश्चित करता येणे कठीण होते. वॉटर कंपन्यांच्या पाइपलाइनची गुंतागुंत समजण्यापलीकडची होती. एकाच रस्त्यावरील दोन घरांना वेगवेगळ्या कंपनींचा पाणीपुरवठा होत होता, असेही त्याच्या लक्षात आले.

काही जण भाडेकरू होते. त्यांचे मालक पाणीपट्टी भरत होते. ते दूर राहत. त्यामुळे नक्की कोणती कंपनी हे कसे कळावे? काही घरांत सारेच कॉलराने मृत्युमुखी पडले होते; तर काही घरांत उरलेले लोक कॉलराच्या भीतीने लंडन सोडून निघून गेले होते. पाणीपुरवठा कोठून होतो, कोण सांगणार?

कॉलराचे तांडव भयंकर होते.

एक वर्षापूर्वी साउथवॉर्क भागातील त्या घरातील ते दृश्य जॉनला आठवले आणि आताही त्याच्या अंगावर काटा आला होता.

रस्त्याच्या कडेलाच असणारे ते तीन मजली घर होते. जॉन पोहोचला तेव्हा खालच्या मजल्यावर तीन प्रेते पडली होती. आजूबाजूला भांडी पडली होती. कॉलराच्या विष्ठेचा क्वचित माशासारखा येणारा विशिष्ट वास घरभर पसरला होता. दुसऱ्या मजल्यावर चौघांचा मृत्यू झाला होता. एका खोलीत एक स्त्री शेवटच्या घटका मोजत पलंगावर झोपली होती. जॉन आत शिरत असतानाच तिला उलटी झाली.

''आता मी हिला कशाने स्वच्छ करू? एक कापड शिल्लक राहिलं नाही घरात...!'' जॉनच्या शेजारी उभ्या असलेल्या मध्यम वयाच्या बाईने अत्यंत उद्वेगाने म्हटले. आणि मग डोळे टिपत ती म्हणाली, ''माझी एकुलती एक मुलगी आहे ती. डॉक्टर, प्लिज हेल्प मी.''

''मुलगी!!!'' जॉन चमकलाच. तिच्या चेहऱ्यावर सुरकुत्या पडल्या होत्या. चेहऱ्याच्या हाडांना कातडी घट्ट चिकटली होती. तिचे डोळे म्लान दिसत होते. चेहऱ्यावर निळसर झाक होती. उलटीने ओलावलेल्या ओठांभोवती बसलेल्या

माशीला हाकलण्याचे त्राणही तिच्या अंगात नव्हते.

क्षणभर जॉनला वाटले, ती चाळिशी-पन्नाशीची तरी असावी. तिच्या खांद्यापर्यंत पांघरुण होते. पण तिचे वय अवघे सोळा वर्षे होते.

त्या इमारतीतील वीसपैकी सात जण गेले होते. आठवी ही मुलगी मृत्यूची वाट पाहत होती. बाकीचे कॉलराच्या भीतीने परागंदा झाले होते. जॉन त्या बिचाऱ्या आईला कसे विचारणार होता, की पाणीपुरवठा कोठून होतो?

छेऽऽ! तो त्या दृश्याने पुरता गोठून गेला होता.

अशा सगळ्या प्रसंगांना तोंड देत-देत कॉलराच्या रहस्यापर्यंत पोहोचणे भाग होते. कॉलरावर विजय मिळवण्याचा तोच एक मार्ग होता.

जॉनने केलेली आकडेमोड त्याच्यासमोर होती.

साउथवॉर्क अ‍ॅण्ड वॉक्सहॉल कंपनीच्या क्षेत्रात दर दहा हजार घरांमागे कॉलराचे ७१ मृत्यू झाले होते; तर लॅम्बेथ कंपनीच्या क्षेत्रात दर दहा हजारी पाच. म्हणजे लॅम्बेथ कंपनीच्या क्षेत्रातील कॉलरा मृत्यूपेक्षा साउथवॉर्क कंपनी क्षेत्रात मृत्यू चौदापट जास्त

झाले होते. एकूण लंडनमध्ये झालेल्या मृत्यूंपैकी निम्म्याहून अधिक मृत्यू साउथवॉर्क क्षेत्रात झाले होते.

साउथवॉर्क पुरवत असलेले पाणीच ही करणी करत होते, हे सिद्ध करायला खरे तर एवढा संख्याशास्त्रीय पुरावा पुरेसा होता.

जॉनने आपल्या डायरीत लिहिले होते, लंडनमधील जवळपास तीन लाख लोक, स्त्री-पुरुष, सर्व वयोगटातील लोक, गरीब-श्रीमंत, विविध व्यवसाय करणारे लोक, या साऱ्यांना त्यांच्या इच्छेविरुद्ध आणि त्यांना माहिती नसताना दोन गटात विभागण्यात आले होते. यातल्या एका गटाला थेम्स डिट्टनजवळील स्वच्छ पाण्याचा पुरवठा करण्यात येत होता, तर दुसऱ्या गटाला बॅटर सी जवळील मैलामिश्रित पाणी पाजण्यात येत होते.

जॉनला कॉलराच्या प्रसारातील पाण्याची भूमिका अधिक नेमकेपणे सिद्ध करायची होती. इतक्या नेमकेपणे, की कुणाला मुळी शंकाच राहू नये. त्याचे समाधान एवढ्या माहितीवर होणे शक्य नव्हते. आणि 'मिॲस्मा'चे वेडे लोक ही आकडेवारी उडवून लावतील याची त्याला भीती होती.

जॉनने सर्व ठिकाणच्या पाण्याचे नमुने घेतले होते.

साउथवॉर्क आणि लॅम्बेथ या दोन्ही कंपन्यांच्या पाण्याचे अनेक नमुने त्याच्या प्रयोगशाळेत होते. पण पाणी दूषित आहे, की पिण्यायोग्य आहे, हे शोधायचे कसे?

त्याचा रसायनशास्त्राचा अभ्यास इथे मदतीला आला.

कॉमन सॉल्ट म्हणजे मीठ हा मानवी विष्ठेपासून तयार होणारा एक उपपदार्थ. जर पाणी मैलामिश्रित असेल तर त्यात मिठाचे प्रमाण अधिक असणार.

हे प्रमाण शोधायचे कसे?

पाण्यात सिल्व्हर नायट्रेट टाकायचे. सोडिअम क्लोराइड म्हणजे मिठामुळे सिल्व्हर नायट्रेटचे रूपांतर सिल्व्हर क्लोराइडमध्ये होते. मग त्याचे प्रमाण मोजायचे.

जॉनने ही चाचणी कल्पकतेने शोधून काढली आणि घेतलेल्या पाण्याच्या नमुन्यांवर चाचणी घेण्यास सुरुवात केली.

आणि अहो आश्चर्यम्...!

तेच घडले जे अपेक्षित होते.

साउथवॉर्क कंपनीच्या पाण्याच्या नमुन्यांमध्ये मिठाचे प्रमाण लॅम्बेथ कंपनीच्या पाण्याच्या नमुन्यांच्या तुलनेत कितीतरी जास्त होते.

जॉनने या काळात इतके पाण्याच्या नमुने तपासले होते, की पाणी नुसते पाहून ते कोणत्या कंपनीचे आहे, हे तो सांगायचा. त्याने ही माहिती रजिस्ट्रार कार्यालयात काम करणाऱ्या विल्यम फरला दिली. फर ही माहिती पाहून हादरलाच. तो खरे तर दुर्गंधीमुळे कॉलरा पसरतो, असे मानणाऱ्या मिॲस्मा ग्रुपमधला; पण स्नोच्या या विश्लेषणाने तो विचारात पडला.

... पण अजून पीळ जळत नव्हता.

झाले ते एवढेच. मृत्यूंची साप्ताहिक माहिती गोळा करणाऱ्या रजिस्ट्रार कार्यालयाने मृत्यू झालेल्या घराला कोणती कंपनी पाणीपुरवठा करते, याचीही माहिती घ्यायला सुरुवात केली.

दार किलकिले होऊ लागले होते; पण ते पुरते उघडायला अजून कित्येक वर्षे जायची होती.

■

सोलापूर जवळ आले तसे डॉ. खरातांच्या अंगात त्यांचा साथरोग शास्त्रज्ञ संचारला. त्यांनी कुणाकुणाला फोन करायला सुरुवात केली.

"आपण प्रथम आरोग्याधिकारी डॉ. प्रमोद गोसावी यांना भेटू या. त्यांच्याकडून उद्रेकाची सविस्तर माहिती घेऊ या. मग फिल्ड व्हिजिट आणि मग तुमची प्रयोगशाळा!" डॉ. खरातांनी युद्धभूमीवरील सेनाधिकाऱ्याप्रमाणे आपले सूक्ष्म नियोजन मांडायला सुरुवात केली.

कुलकर्णींनी मान डोलावली.

"मी डॉ. गोसावींना बोललोय, उद्या सकाळची कमिशनरांची अपॉइंटमेंट घेण्याबद्दल. वुई नीड टू ब्रीफ कमिशनर फॉर अ‍ॅप्रोपिएट मेजर्स. नो फर्दर डेथ विल बी अलाउड. कॉलराने मृत्यू व्हायला हा काय शंभर-दीडशे वर्षांपूर्वीचा काळ नाही. आता कॉलरा पूर्णपणे कंट्रोलेबल आहे." खरातांनी आपला गिअर बदलला होता हेच खरे.

गाडी सोलापूर बसस्टॅण्डला पोहोचली तसे डॉ. खरातांनी गाडी थांबवली. आणि मुलांकडे पाहत म्हणाले, "चलो बच्चे लोग, उतरो. इथून रिक्षाने मालती मावशीकडे जा! आय विल रिच आफ्टर फिनिशिंग माय टास्क."

"डॉ. खरात, वन हम्बल रिक्वेस्ट..! प्लिज अलाउ अस टू बी विथ यू व्हाइल फुलफिलिंग धिस टास्क. वुई प्रॉमिस, वुई विल नॉट बॉदर यू..." शंतनुने एकदम ऑफिशिअल भाषेत हुबेहूब नक्कल करत म्हटले आणि कुलकर्णींना हसू आवरले नाही.

"अरे, तुम्ही काय करणार तिथं?"

''प्लिज पॉप्स, विल जस्ट लिसन, वॉच ॲण्ड ऑब्जर्व्ह...'' आता संघाची विनंती.

डॉ. खरातांच्या लक्षात आले, आपला बाप काहीतरी इंटरेस्टिंग करतो याची जाणीव जॉन स्नोवरील पुस्तकाने मुलांना झाली होती. त्यांना या साथ-अन्वेषण प्रकारात थोडा इंटरेस्ट निर्माण झाला होता.

डॉ. खरातांनी थोडा वेळ विचार केला आणि नंतर गंभीरपणे म्हणाले, ''ओके! फक्त आजचा दिवस. पण कुठेही लुडबुड करायची नाही. शांत... जस्ट किप क्वाइट... ॲग्री...?''

''एकदम ॲग्री पॉप्स.'' दोघेही एकदम जोरात ओरडले.

गाडी निघाली.

''हे इंद्रभुवन...'' कुलकर्णी म्हणाले. मुलांनी खिडकीतून बाहेर पाहिले.

संघमित्राकरिता ती इमारत नवी होती, पण शंतनुने ती पूर्वी पाहिली होती. तो लगेच म्हणाला, ''मला माहीत आहे, ही सोलापूर महानगरपालिकेची इमारत.''

''बरोबर!''

''अहो काका, मला सोलापूरचा इतिहास आणि भूगोल बऱ्यापैकी माहीत आहे. सोन्नलगी हे या शहराचं मूळचं नाव. हे शहर पूर्वी कापड गिरण्यांकरिता प्रसिद्ध होतं. पण आजही हातमाग हा इथला महत्त्वाचा उद्योग आहे. सोलापुरी चादर जगभरात प्रसिद्ध आहे.'' शंतनुने नॉनस्टॉप माहिती पुरवली.

''अरे वा, भूगोल आणि इतिहास बराच बरा दिसतोय तुझा. सोलापूरचं हवामान तसं कोरडं, पावसाचं प्रमाणही कमी....''

''कुलकर्णी, हवामान कोरडं; पण इथली माणसं मात्र अंतःकरणातून ओली आहेत बरं का!'' डॉ. खरातांना असलेला आपल्या जिल्ह्याचा अभिमान उफाळून आला.

''आणि हो... सोलापूर जिल्ह्याला 'ज्वारीचं कोठार' म्हणतात बरं...!'' कुलकर्णी गुगल विकिपीडियावरील माहिती वाचावी तसे बोलत होते.

''काका, इथली मालदांडी ज्वारी प्रसिद्ध आहे.'' शंतनु पुन्हा म्हणाला.

आणि मग कुलकर्णींनी शांत बसणेच पसंत केले.

ही रॅपिड रिस्पॉन्स टीम जिल्हा आरोग्य अधिकाऱ्यांच्या (डीएचओ) कार्यालयात पोहोचली, तेव्हा डीएचओ डॉ. वाघमारे आणि महानगरपालिकेचे आरोग्याधिकारी डॉ. गोसावी त्यांचीच वाट पाहत होते.

डॉ. गोसावींनी त्या सर्वांना सोलापूर शहरात सध्या सुरू असलेल्या कॉलरा उद्रेकाबद्दल सांगायला सुरुवात केली :

'२४ फेब्रुवारीपासून डायरियाचे रुग्ण आढळायला सुरुवात झाली होती. आजवर एकूण ७६५ रुग्ण आढळले आहेत. त्यापैकी ८९ रुग्ण हॉस्पिटलमध्ये भरती आहेत. आतापर्यंत दहा जणांचं स्टूल सॅम्पल (विष्ठेचा नमुना) कॉलराकरिता पॉझिटिव्ह आलं आहे. काल तो पहिला मृत्यू झाला. ४२ वर्षांची एक महिला होती. एका खासगी डॉक्टरकडे भरती होती. नक्की काय झालं, माहीत नाही. पण काल तिचा मृत्यू झाला. मीडियाकडून विचारणा झाल्यावरच तिच्या मृत्यूची माहिती कळली.'

त्या सगळ्यांचा एवढा गोंधळ झाला, की आरोग्याधिकाऱ्यांना जवळपास सक्तीच्या रजेवर पाठवून डॉ. गोसावींकडे तात्पुरता कार्यभार देण्यात आला आहे.

बाप रे बाप... बरेच काही घडून गेले आहे. डॉ. देशमुखांनी आपल्याला एवढ्या तडकाफडकी का पाठवले, ते डॉ. खरातांच्या लक्षात आले.

''पण प्रभावित भाग कोणता आहे?''

''बऱ्यापैकी स्लम एरिया (गलिच्छ वस्तीचा भाग) आहे. शहराच्या दक्षिणेकडील शास्त्रीनगर, इंदिरानगर, कुर्बान हुसेननगर या भागात कॉलराच्या केसेस एकवटल्या आहेत.''

''काही कारण...???''

''तसं खास काही नाही. म्हणजे बऱ्याच दिवसांपासून पाण्याच्या टाक्यांची स्वच्छता केलेली नाही. लिकेजेस तर आहेतच अनेक ठिकाणी...'' डॉ. गोसावी काहीतरी बोलायचे म्हणून बोलले.

''डॉ. गोसावी, कोणत्या भागातील पाण्याच्या टाक्यांची स्वच्छता केलेली नाही, आणि लिकेजेस कुठे सापडली आहेत?''

''शहरातील सर्वच टाक्यांची सर... आणि लिकेजेससुद्धा अनेक ठिकाणी आहेत.''

''डॉ. गोसावी, असं कसं बोलू शकता तुम्ही? तुमच्या पूर्ण शहरात कॉलरा पसरलेला नाही. तुम्हांला या आउटब्रेकची नेमकी कारणं शोधावी लागतील. शो मी युवर स्पॉट मॅप...''

डॉ. गोसावींनी टेबलवर शहराचा मॅप पसरला. त्या मॅपवर प्रत्येक कॉलरा केससाठी टिकल्या लावण्यात आल्या होत्या. कोणातरी नर्सची कल्पकता...!

सोलापूर मेडिकल कॉलेजच्या खालच्या अंगाला असणाऱ्या आणि हैदराबाद-विजापूर बायपासच्या दोन्ही बाजूला असलेल्या भागांत साऱ्या केसेस दिसत होत्या.

"डॉ. गोसावी, मला तुमच्या शहराचा पाणीपुरवठा कसा आहे, ते जरा समजावून सांगा ना...!"

"सर, ते मला नाही सांगता येणार. मी पाणीपुरवठा इंजिनिअरला बोलवू का?"

शहरात कॉलराची साथ सुरू होऊन जवळपास आठवडा झाला होता आणि आरोग्याधिकारी पाणीपुरवठ्याबद्दल काही सांगू शकत नव्हते.

थोड्याच वेळात महापालिकेचे इंजिनिअर आले.

शहराच्या उत्तरेला सहा किलोमीटरवर असलेला एकरुख तलाव, ३० किलोमीटर अंतरावर टाकळी येथील भीमा नदी आणि ११० किलोमीटरवर असलेले उजनी धरण हे तीन शहराच्या पाणीपुरवठ्याचे मुख्य आधार होते. या तिन्ही ठिकाणच्या पाण्याच्या शुद्धीकरणासाठी भवानी पेठ, सोरेगाव आणि पाकणी येथे जलशुद्धीकरण केंद्रे कार्यरत होती. तिथून हे पाणी शहरातील वेगवेगळ्या ठिकाणी असणाऱ्या वितरण टाक्यांच्या माध्यमातून सर्व भागांना पाठवले जाई.

एवढे करूनही पाणी पुरत नसे. त्यामुळे शहराला दिवसाआड पाणीपुरवठा केला जाई. कॉलराप्रभावित भागाला अशोक चौकातील पाण्याच्या टाकीतून पाणीपुरवठा केला जाई.

"पाणी शुद्धीकरण यंत्रणेची माझ्या टीमने पाहणी केलेली आहे. तिथं काही अडचण नाही." कुलकर्णींनी माहिती दिली.

"मला वाटतं, आपण फिल्ड व्हिजिट करू या." डॉ. खरात म्हणाले, "प्रत्यक्ष भेटीत अनेक गोष्टी लक्षात येतील."

"आणि सर, कमिशनर सर तुम्हांला आजच भेटू इच्छितात!" डॉ. गोसावी म्हणाले.

"आजच?"

"हो, त्यांना मी उद्या सकाळची वेळ मागितली. तर म्हणाले, 'आज संध्याकाळीच या. अगदी संध्याकाळचे सात वाजले तरी हरकत नाही.'"

"चला! मग फिल्डवर वेगात पोहोचू या! येताना लॅबला थोडा वेळ थांबू या!"

■

७

दारावर टकटक आवाज आला.

“डॉक्टर, तुझा मित्र आलाय बाबा! जरा दरवाजा उघड!” मिसेस विलियम्सचा आवाज होता.

जॉनने दार उघडले.

डॉ. बेंजामिन रिचर्डसन दारात उभा होता. जॉनने त्याला हाताला पकडत जवळ ओढले आणि म्हणाला, “अरे डॉक, किती दिवसांनी येतो आहेस?”

“मी चहा आणि स्नॅक्स पाठवते.” असे म्हणत मिसेस विलियम्स निघून गेल्या.

“लुकिंग बिझी इन प्रॅक्टिस...” जॉनने बेंझामिनच्या खांद्यावर थोपटत म्हटले.

“अरे काय करणार, शहरात कॉलरानं धुमाकूळ घातलाय. आपण काहीच करू शकत नाही, या अगतिकतेनं अगदी वैताग आलाय.” बेंजामिन म्हणाला.

“यू आर टू... अगदी अशीच अवस्था मी माझ्या ॲप्रेन्टिसशिपच्या काळात अनुभवली होती. मला डॉ. हार्डकॅसलकडे जाऊन अवघी चार वर्षं झाली होती आणि न्यूकॅसल जवळच्या किलिंग्जवर्थ कोळशाच्या खाणीत कॉलराचा उद्रेक झाला. उद्रेक एवढा मोठा होता, की प्रत्येक वेळी डॉ. हार्डकॅसलना स्वत: जाणे अशक्य होते. त्यांनी त्या खाणीची जबाबदारी माझ्यावर सोपवली.” जॉनला २२-२३ वर्षांपूर्वीचा काळ आठवू लागला.

खाणकामगारांची परिस्थिती अगदीच वाईट होती. खाणीत उतरलेले लोक बारा-बारा, चौदा-चौदा तास खाणीत असत. तिथेच खाणे-पिणे, संडास, लघवी– सारे काही आतच. त्या अंधाऱ्या खाणीत ना

पुरेसे पाणी, ना हात धुण्याची सोय. अशा अवस्थेत एका कामगाराला कॉलरा झाला की तो पसरायला कितीसा वेळ लागणार? तसेही त्या काळात हात धुण्याची सवय फार कमी लोकांना होती. मग काय, प्रत्येक घासासोबत, पाण्याच्या घोटासोबत कॉलराच दिला-घेतला जायचा, असे जॉनचे निरीक्षण होते. पण इतरांना ते मान्य नव्हते.

जॉन तेव्हा नवशिका डॉक्टर होता. उपचार म्हणून हातात काय होते? ॲण्टीबायोटिक्सचा उदय अजून व्हायचा होता. तेव्हाचा हा काळ!

आधीच उलट्या-जुलाबांनी त्रस्त झालेल्या रुग्णाला रेचक औषधे (पर्गेटिव्हज) दिली जात. चक्क एरंडेल तेल पाजले जाई. त्याच्या वेदना कमी व्हाव्यात म्हणून अफूचा वापर केला जाईल.

काही जण रुग्णांच्या पोटातील विष शोषून घेण्याकरिता पोटावर लोकरीचे तलम कापड बांधत. मणक्याला बर्फाचे छोटे गोळे बांधत.

खरे तर, रुग्णाच्या शरीरातील पाणी व क्षार कमी होत असल्याने त्याला पाणी व क्षार देण्याची गरज होती, पण अजून ते कुणाच्या सुपीक डोक्यात आले नव्हते.

किलिंग्जवर्थ कोळशाच्या खाणीत जॉनसमोर सात मृत्यू झाले तेव्हा तो अस्वस्थ झाला. तेव्हा प्रथमच त्याच्या मनात मिॲस्मा थिअरीबद्दल शंका निर्माण झाली. तसेही त्याने आणि ब्रिटनने पाहिलेला हा पहिला कॉलरा उद्रेक होता.

जर हा आजार दुर्गंधीमुळे पसरत असेल, तर त्याची लक्षणे श्वसनसंस्थेशी निगडित असायला हवी होती. ज्या अर्थी या आजारात उलटी-जुलाब ही लक्षणे आढळतात, त्या अर्थी या आजाराला कारणीभूत ठरणारा घटक हा प्रथम आतड्यांमध्ये प्रवेश करत असला पाहिजे. आणि आतड्यांत जाण्यासाठी तो खाल्ला किंवा गिळला गेला पाहिजे. हे जॉनचे साधे तर्कशास्त्र होते. आणि म्हणूनच पाणी, अन्न यासोबतच रुग्णाचे उलट्या-जुलाबाने खराब झालेले कपडे, न धुतलेले हात यामार्फतसुद्धा हा रोगकारक घटक पसरत असावा, असे त्याला वाटत होते.

पण या शास्त्रीय नजरेने कॉलराकडे कोणी पाहायला तयारच नव्हते.

यॉर्कच्या आरोग्याधिकाऱ्याने तर त्याला चकितच केले. त्याने जॉनला विचारले, ''या खाणीत कॉलरामुळे मृत्यू होत आहेत म्हणून तुला आश्चर्य वाटायला नको.''

''का?'' जॉनने विचारले.

''अरे, या खाणकामगारांपैकी किती जण रविवारी चर्चमध्ये जातात? किती जण आपल्या जेवणापूर्वी प्रार्थना करतात? त्यांच्या मुलांना तरी काही धार्मिक वळण असतं का? आफ्टर ऑल इट इज क्वेशन ऑफ मोरॅलिटी?''

जॉनला दिवसभर खाणीत काम करून काळेकुट्ट होऊन खाणीबाहेर पडणारे कामगार आठवले आणि त्यांच्या त्या मळलेल्या अंगाचा विचार न करता त्यांना बिलगणारी त्यांची चिल्लीपिल्ली आठवली. त्याला समोर उभा असलेल्या आरोग्याधिकाऱ्याचा प्रचंड संताप आला.

'आधी या माणसांना माणसांप्रमाणे जगण्याचा अवकाश द्या आणि मग नैतिकतेच्या गप्पा मारा,' जॉन मनातल्या मनात पुटपुटला आणि त्या तथाकथित आरोग्य (?) अधिकाऱ्याकडे रागाचा कटाक्ष टाकून त्याने आपला रस्ता धरला.

आता ते सारे आठवूनही त्याचे सारे शरीर अव्यक्त संतापाने ताठरले.

जॉनने त्यानंतरचा पाहिलेला कॉलरा उद्रेक म्हणजे १८४८चा. इंग्लंडमधील हा कॉलरा उद्रेक जर्मनीतील हॅम्बर्गवरून आयात झाला होता. हॅम्बर्गमध्ये कॉलराचा उद्रेक सुरू होता आणि तेथून लंडनकडे येणाऱ्या जहाजातील जॉन हॅरोल्डला कॉलराची बाधा झाली होती. जहाज लंडनला आले. आजारी हॅरोल्ड बंदरावर उतरला आणि जवळपासच्या एका हॉटेलात राहिला. तिथेच त्याचा मृत्यू झाला. नंतर त्याच खोलीत राहायला आलेल्या दुसऱ्या प्रवाशाला कॉलराची बाधा झाली आणि नंतर हा उद्रेक सर्वत्र पसरला. या उद्रेकाने इंग्लंडमध्ये पन्नास हजार बळी घेतले.

जुलै १८४९मध्ये थॉमस स्ट्रीटवर झालेल्या कॉलरा उद्रेकाने, जॉन त्याच्या कॉलरा जलजन्य असल्याच्या थिअरीच्या आणखी जवळ गेला. या उद्रेकात थॉमस स्ट्रीटवरील सरे बिल्डिंगमधील रहिवाशांना कॉलराची लागण झाली होती. त्यात बारा जणांचा मृत्यू झाला होता.

आश्चर्याची गोष्ट म्हणजे, याच रस्त्यावर सरे इमारतीच्या पाठीमागे अगदी लागूनच ट्रस्कॉट कोर्ट ही इमारत होती. या इमारतीत मात्र कॉलराची बाधा अजिबात नव्हती. केवळ एक मृत्यू झाला होता. जॉनच्या लक्षात आले, याचे एकमेव कारण, दोन्ही इमारतींचा पाणीपुरवठा वेगळा होता. सरे इमारतीला ज्या विहिरीतून

पाणीपुरवठा होत होता तिच्यात पावसामुळे मैला आणि सांडपाणी यांचा झिरपा होत होता. त्यामुळे त्या विहिरीचे पाणी दूषित झाले होते. तसे पाहिले तर दोन्ही इमारतींत गरीब मजूर राहत होते. दोन्ही इमारतींमध्ये सारखाच गलिच्छपणा होता, दुर्गंधी होती. दोन्ही इमारती एकमेकींना पाठ लावून उभ्या होत्या. जर मिॲस्मा हेच कॉलराप्रसाराचे कारण होते, तर कॉलरा केवळ एकाच इमारतीत का पसरला होता?

मिॲस्मावाल्यांच्या बहिऱ्या कानांवर जॉनचा आवाज पोहोचत नव्हता.

त्याच्या चेहऱ्यावर एक सूक्ष्म आठी उमटली.

''ए, कुठं हरवला आहेस, डॉक?'' त्याच्यासमोर बोटांनी चुटकी वाजवत बेंजामिन म्हणाला.

''ओऽऽ काही नाही रे...! कॉलरा म्हटलं की कुठल्या-कुठल्या गोष्टी आठवू लागतात.''

''अरे, तुझ्या सोहोत कॉलरा आउटब्रेक सुरू झालाय. कळलं ना तुला?''

''व्हॉट यू आर टेलिंग मॅन... सोहो!! न्यूजपेपरमध्ये काही बातमी दिसत नाही!'' जॉनला आश्चर्य वाटले.

''अरे, हे पेपरवाले, त्यांना जाग कधी येईल, हे कोण सांगू शकेल?'' डॉ. बेंजामिन म्हणाला.

सोहो हा लंडनमधील इतर भागांपेक्षा थोडासा उंचावर असणारा भाग होता. उंच भागात कॉलरा फारसा शिरकाव करत नाही, ही त्या काळातील एक महत्त्वाची समजूत. कारण दुर्गंधी (मिॲस्मा) उंच भागात फारशी पोहोचत नाही. एवढेच काय, दुमजली, तीनमजली घरातही खालच्या मजल्यावर कॉलरा फारसा त्रास देत नाही; पण वरच्या मजल्यावर मात्र हाहाकार माजवतो, अशीही एक वेडी समजूत होती. मुळात लंडनमध्ये घरमालक खालच्या मजल्यावर राहत आणि भाडेकरू वरच्या मजल्यावर राहत. वरच्या मजल्यावर राहणाऱ्यांची संख्या स्वाभाविकपणे जास्त होती. भाडेकरूंची सांपत्तिक स्थिती पाहता वरच्या मजल्यावर प्रत्येक खोलीत राहणारे लोक तुलनेने जास्त असत.

लंडनमध्ये १८५३च्या जुलैमध्ये सुरू झालेल्या या कॉलरा उद्रेकात आजवर सोहो भागात फारशा कॉलरा केसेस आढळल्या नव्हत्या. मुळात हा उद्रेक कसा सुरू झाला, याची कहाणीही पुरेशी बोलकी होती.

या उद्रेकाची सुरुवात उन्हाळ्याच्या सुरुवातीला बाल्टिक समुद्रातील नाविक दलात झाली. या नाविक दलातील एका ऑफिसरला जुलाबाचा त्रास सुरू झाला. त्याचे उलट्या-जुलाबाने भरलेले कपडे जहाजावरील सेवकाने धुण्यासाठी आणले आणि जहाज थेम्स नदीत आले असताना कपडे धुऊन परत केले. तो जहाजावरील सेवक स्वत:ही नंतर कॉलराने आजारी पडला. कॉलराचे सुरुवातीचे रुग्ण बहुतांशी नाविक दल आणि शिपिंग व्यवसायाशी संबंधित होते, हे जॉनने दाखवून दिले होते.

पण ऐकणार कोण होते?

कॉलरा सोहो विभागात पोहोचला म्हटल्यावर जॉन जणू खडबडून जागा झाला.

सोहोशी त्याचे जवळचे नाते होते. लंडनमधील त्याचे पहिले घर याच भागात होते. त्यामुळे हा भाग त्याला तळहातावरील रेषांसारखा परिचयाचा होता.

लंडनमध्ये अजून पाऊस नव्हता. उन्हाळा असह्य झाला होता. या अशा उन्हाळ्यात तर सोहो भागात एक टाळता न येणारा दुर्गंध सगळीकडे पसरायचा. कारखाने आणि वेगवेगळ्या भट्ट्या तर या भागात होत्याच; पण पाळीव प्राण्यांची संख्या खूपच होती. घोडे, त्यांची विष्ठा आणि त्याचा तो वास नाक बंद केले तरी जाणवत राहायचा. अनेकांनी आपल्या राहत्या घरातच गाईगुरांचे गोठे केले होते. काही जणांनी असंख्य कुत्री-मांजरी पाळून आपल्या घराचे प्राणी संग्रहालय करून टाकले होते. स्मिथफिल्डच्या बाजारात दररोज १५-२० हजार बकऱ्यांची खरेदी-विक्री व्हायची. सोहोच्या एका कडेला एक कत्तलखाना होता. तिथे दररोज किमान पाच बैल आणि त्याच्या दुप्पट बकऱ्या कापल्या जायच्या. मांसाचा आणि रक्ताचा उग्र वास आसमंतात भरून राहायचा. एले ब्रदर्सची पर्कशन कॅप फॅक्टरी, गरीब कामगारांचे 'वर्कहाउस' नावाचे खुराडे, लायन ब्रेवरी, टेलरची दुकाने अशी अनेक दुकाने आणि व्यावसायिकांनी सोहो परिसर गजबजून गेलेला असे.

'सोहोत कॉलरा??' जॉनचे विचारचक्र वेगाने सुरू झाले.

सोहोतील आउटब्रेकला काही वेगळे तात्कालिक कारण असावे काय?

त्याला सोहोतील गोल्डन स्क्वेअर चौकातील ब्रॉड स्ट्रीटवरील लोकांचा लाडका हातपंप आठवला. या भागातील बहुतांश लोक या हातपंपाचे पाणी पीत. या पंपाचे शीतल आणि ताजेतवाने करणारे पाणी या भागातील लंडनवासीयांना खूप आवडे.

या कॉलरा उद्रेकाचा संबंध ब्रॉड स्ट्रीट हातपंपाशी असावा का, जॉनच्या मनात

शंका चमकून गेली.

''लेट्स मुव्ह, बेंजामिन. आपण सोहोकडे जाऊन येऊ या.''

''अरे, चहा तरी घेऊ दे.'' बेंजामिन ओरडला खरे; पण तोपर्यंत जॉन आपली मेडिकल सामानाची धोकटी हातात घेऊन घराबाहेर पडला होता.

'यू आर सिंपली डिफिकल्ट!' असे पुटपुटत बेंजामिनही त्याच्या मागोमाग बाहेर पडला.

सोहो विभागातील घरांना न्यू रिव्हर कंपनी आणि ग्रँड जंक्शन वॉटर कंपनी पाणीपुरवठा करत होत्या. न्यू रिव्हर कंपनी हाट्फोर्डशायर या ठिकाणावरून थेम्समधील पाणी उचलत होती, तर ग्रॅण्ड जंक्शन कंपनी पाणीउचल क्युव या ठिकाणावरून करत होती. ही दोन्ही ठिकाणे शहराच्या वरच्या बाजूला, म्हणजे शहराचा मैला ज्या ठिकाणी नदीत सोडला जाई त्याच्या वरील बाजूला होती. त्यामुळे सोहो भागाला स्वच्छ पाणी पुरवले जाई, याबद्दल जॉनला खातरी होती.

पण... या कंपन्या दिवसातील केवळ दोन तास पाणीपुरवठा करत. रविवारी पाणी येत नसे. त्यामुळे लोकांची मदार मुख्यत्वे त्या भागातील हातपंपावर असे.

लंडनच्या इतर भागांप्रमाणे सोहोतही अनेक विहिरी होत्या. त्यावर हातपंप बसवलेले असत. या विहिरी २८-३० फूट खोल म्हणजे बऱ्यापैकी उथळ होत्या.

सोहोत ब्रॉड स्ट्रीटवर आणि केंब्रिज रस्त्याच्या कोपऱ्यावर एक हातपंप होता. हा हातपंप ब्रॉड स्ट्रीट हातपंप म्हणून ओळखला जाई. सोहोत इतरही हातपंप होते. रुपर्ट स्ट्रीटवरील हातपंप तसेच लिटल मार्लबरो हातपंप, हे खरे तर सोहो रहिवाशांना जवळचे हातपंप होते. पण ब्रॉड स्ट्रीट हातपंप हा लोकांचा आवडता पंप होता. म्हणून लोक दोन पावले अधिक चालत; पण याच पंपाचे पाणी पिणे पसंत करत.

रविवारी सकाळी जॉन सोहोत पोहोचला तेव्हा एक भयाण शांतता तिथे भरून राहिली होती. रस्त्यावर शुकशुकाट होता. रस्त्यावरील छोट्यामोठ्या गोष्टींचे किरकोळ विक्रेते जणू कुठेतरी गायब झाले होते. त्यांना बहुधा कॉलरा-नियंत्रणासाठी हाकलून दिले असावे किंवा ते आजारी पडून आपापल्या घरांच्या बंद दरवाजाआड विव्हळत असावेत.

रस्त्याच्या दोन्ही बाजूला चुनखडीचे पट्टे मारलेले दिसत होते. बोर्ड ऑफ हेल्थ दुर्गंधीवर मात करण्याचा केविलवाणा प्रयत्न करत होते. गोल्डन स्क्वेअर चौकात

पिवळे निशाण लावण्यात आले होते. या भागात कॉलरा साथ सुरू झाल्याची ती खूण होती. रस्त्यावर प्रेतं वाहून नेणाऱ्या शववाहिका उभ्या होत्या. गेल्या चोवीस तासांत सत्तर मृत्यू झाले होते आणि आज शंभराहून अधिक मृत्यूच्या वाटेवर होते. शववाहिकांमध्ये त्यांचा क्षमतेपेक्षा अधिक प्रेतं कोंबण्यात येत होती.

जॉनला क्षणभर मळमळल्यासारखे झाले.

सोहो विभागात मिडलसेक्स, चारिंग क्रॉस आणि युनिव्हर्सिटी कॉलेज हॉस्पिटल अशी तीन प्रमुख हॉस्पिटल होती. ही सगळी हॉस्पिटल्स रुग्णांनी खचाखच भरली होती. पहिल्या आठवड्यात मिडलसेक्स हॉस्पिटलमध्ये १२० मृत्यू झाले. शेजारच्या इतर हॉस्पिटल्समधून सोहो भागात नर्सेस नियुक्त केल्या जात होत्या.

कॉलराचा उद्रेक लोकांना नवा नव्हता. पण इतक्या थोड्या काळात इतके मृत्यू आणि तेही इतक्या मर्यादित भागात? सोहो विभागातील केवळ पाच ब्लॉकमध्ये सारे काही घडले होते.

जॉनही त्या शांततेने क्षणभर अस्वस्थ झाला.

इतका हाहाकार! त्याला आता रडू येईल की काय असे वाटले. मोठ्या प्रयत्नाने त्याने स्वत:ला सावरले आणि तो ब्रॉड स्ट्रीटवरील हातपंपाकडे गेला.

पंपाच्या दांड्याला त्याने हलकेच दोनदा खालीवर केले आणि आपल्याकडील बाटलीत ते पाणी भरून घेतले. त्याने बारकाईने बाटलीकडे पाहिले. पाण्यात दूषित असण्याच्या काही ठळक खुणा दिसत आहेत का, त्याने शोधण्याचा प्रयत्न केला. त्याला विशेष काही आढळले नाही. त्याने बाटली आपल्या बॅगेत ठेवली.

'इतर हातपंपांचेही पाणीनमुने घ्यायला हवेत,' त्याने स्वत:शीच ठरवले.

हेन्री व्हाइटहेड सकाळ-संध्याकाळ सोहो भागात फिरत होता. पण त्याची ही फेरी म्हणजे जणू सांत्वना फेरी झाली होती. घरोघरी मृत्यू ठाण मांडून बसला होता.

व्हाइटहेड बरविक रस्त्यावरील सेंट ल्युकास चर्चमध्ये क्युरेट म्हणजे धर्मगुरूंचा मदतनीस म्हणून काम करत होता. त्याचे अंत:करण प्रेमाने आणि करुणेने भरले होते. आपल्या कार्याप्रति कमालीची निष्ठा. हेन्री व्हाइटहेड सर्व घरांत जात होता. जमेल तेवढा सर्वांना मानसिक आधार देत होता.

काल तो ब्रॉड स्ट्रीटवरील वॉटरस्टोन कुटुंबाकडे गेला होता.

आईवडील आणि चार मुले असे सहा जणांचे कुटुंब.

दोन किशोरवयीन मुली आणि दोन मुलगे. व्हाइटहेड त्या घरी पोहोचला तेव्हा मिसेस वॉटरस्टोन मृत्यू पावल्या होत्या. आणि दोन्ही मुली गंभीर अवस्थेत अंथरुणाला खिळून होत्या.

ॲना नावाच्या त्या गोड मुलीकडे पाहून हेन्रीला भरून आले. तो जेव्हा-जेव्हा या घरी यायचा तेव्हा-तेव्हा ही बोलघेवडी मुलगी आपल्या गोड बडबडीने आणि लाघवी स्वभावाने त्याला जिंकून घ्यायची. आणि आज ती मलूल होऊन पडली

होती. तिच्या डोळ्यांतील हसू मावळले होते.

"डॅड," तिने वडिलांना हाक मारायचा प्रयत्न केला. पण तिचे वडील आपल्या प्रिय पत्नीच्या प्रेताजवळ बसून ओकसाबोकशी रडत होते.

तिने तिच्या भावाला आवाज दिला. पण कुणीच आले नाही.

तिने खोल गेलेल्या डोळ्यांनी दाराकडे पाहिले.

तिला माहीत होते, दाराआड शवपेटिका ठेवली आहे. तिने निराशेने आपली मान दुसरीकडे वळवली.

व्हाइटहेडला गलबलून आले.

त्याने भरल्या डोळ्यांनी आभाळाकडे पाहिले आणि छातीवर रुळणाऱ्या क्रॉसला हलकेच स्पर्श केला.

असा एकेक प्रसंग काळजावरील ओझे वाढवत होता. तरीही लोकांना भेटणे आवश्यक होते. त्यांना जमेल ती मदत करणे आवश्यक होते. एकदम व्हाइटहेडचे लक्ष डॉ. जॉनकडे गेले. ब्रॉड स्ट्रीट पंपाचा पाणीनमुना घेऊन इतर पंपांचे पाणीनमुने घेण्यासाठी जॉन निघालाच होता, तेवढ्यात व्हाइटहेडने आवाज दिला, "डॉक्टर स्नोऽऽऽ!"

"ओ मिस्टर व्हाइटहेड... प्लेझर टू मीट यू."

व्हाइटहेडने जॉनच्या हातातील पाण्याची बाटली पाहिली. जॉनची कॉलराप्रसाराची मांडणी व्हाइटहेड जाणून होता.

कॉलरा पाण्यावाटे पसरतो, हे व्हाइटहेडला फारसे पटत नव्हते. पण मुळात या बाबतीत त्याचे स्वतःचे असे काही मत नव्हते. तो स्वतःही आजूबाजूला बारकाईने पाहत होता, निरीक्षण करत होता.

व्हाइटहेडला माणसं महत्त्वाची वाटायची. पुस्तकापेक्षा ती अधिक शिकवतात, अशी त्याची श्रद्धा होती. आणि मुख्य म्हणजे व्हाइटहेडचे मनाचे दरवाजे उघडे होते. प्रत्येक नवीन कल्पनेबाबत त्याची भूमिका स्वागतशील होती. अल्पमतात असणारा माणूस केवळ अल्पमतात आहे म्हणून चुकीचा, हे त्याच्या मनाला कधीही पटले नाही.

बराच वेळ दोघे बोलत उभे राहिले. व्हाइटहेड मागील पाच-सहा दिवसांतील

घटना जॉनला सांगत होता, आणि या सगळ्यांत काही महत्त्वपूर्ण हाती लागते आहे का, हे जॉन शोधत होता.

कॉलराने सोहो भागातील सर्जन डॉ. हॅरिसन यांचा बळी घेतल्याची बातमी व्हाइटहेडने जॉनला सांगितली. कॉलराने डॉक्टरलाही सोडले नाही.

डॉ. जॉन रॉजर त्याला उपचार देत होता. त्याच्या मते, हॅरिसनच्या घरासमोरच पावसाचे पाणी वाहून जावे म्हणून रस्त्याखाली गटार काढलेले आहे. ते तुंबल्याने त्या भागात प्रचंड दुर्गंधी पसरली आहे. या तुंबलेल्या गटारामुळे पसरलेल्या दुर्गंधीनेच डॉ. हॅरिसन यांचा बळी घेतला, असे रॉजरचे मत.

जॉन फक्त हसला. बोलला काहीच नाही.

जॉनला हे पटणारे नाही, हे व्हाइटहेड जाणून होता.

जॉनने बॅगमध्ये ठेवलेली पाण्याची बाटली बाहेर काढली आणि घेतलेल्या पाण्याच्या नमुन्याकडे पाहिले. त्याला किंचितसे काही जाणवले. एक ढगासारखा पांढुरसा तवंग पाण्यावर असल्याचे त्याला दिसले; पण क्षणभरच! परत पाणी निवळले, ढग विरल्यासारखे...! पण जॉनच्या मनातील शंकेचे ढग विरले नव्हते.

पाण्याची सूक्ष्मदर्शकातून तपासणी करायला हवी...

आणि मग त्याला डॉ. आर्थर हिल हॅसेलची आठवण झाली. हे सारे पाणीनमुने त्याच्याकडे तपासायला द्यायचे त्याने ठरवले.

''लेट्स मिट मिस्टर गाउल्ड.'' बेंजामिनने जॉनला सुचवले.

मिस्टर गाउल्ड लंडनमधील नावाजलेले पक्षितज्ज्ञ होते. ते ब्रॉड स्ट्रीटवरच राहायचे. आता त्यांना भेटायला जायचे, खरे म्हणजे जॉनच्या जिवावर आले होते. कारण या कॉलरा आउटब्रेकने त्याची विचारचक्रे वेगात फिरू लागली होती.

त्याची कॉलरा थिअरी सिद्ध करण्यासाठी तो आतुर झाला होता. आणि ही वॉज शॉर्ट ऑफ टाइम.

पण तरीही तो मिस्टर गाउल्डकडे जाण्यास तयार झाला. कारण... ते स्वत: ब्रॉड स्ट्रीटवर राहत असल्याने त्यांच्याकडून काही महत्त्वपूर्ण माहिती मिळण्याची शक्यता नाकारता येत नव्हती. लेट्स टेक अ चान्स....

''ओ... डॉ. जॉन स्नो, सो यू आर हेअर अगेन. तुम्हांला बोलावायचं म्हणजे कॉलरालाच मेसेंजर म्हणून पाठवावं लागतं.'' दारात डॉ. जॉन स्नो आणि डॉ. बेंजामिन रिचर्डसनला पाहून मिस्टर गाउल्डने त्यांचे स्वागत हास्यविनोदाने करायचा प्रयत्न केला. पण वातावरणातील मृत्यूचे तांडव कोणालाच मनमोकळे हसू देत नव्हते.

जॉनने बळेबळे हसत गाउल्डचा हात हातात घेतला.

इकडच्या तिकडच्या गोष्टी झाल्या तरी तिघांच्याही डोक्यात सध्या सुरू असलेला आउटब्रेक होताच.

''आय वॉज आउट ऑफ लंडन व्हेन इट स्टार्टेड...!'' मिस्टर गाउल्ड सांगत होते, ''मी काल सकाळी आलो.''

''ओ...,'' जॉनच्या आवाजातील निराशा लपत नव्हती, ''मलाही या आउटब्रेकबद्दल आजच माहिती कळली आणि मी लगेच इकडे धावलो. बाय द वे, तुम्ही नियमितपणे कुठले पाणी पिता?'' जॉनची प्रश्नमालिका सुरू झाली.

''यू वॉण्ट टू टेस्ट युवर वॉटर थिअरी, डॉक. पण तुम्हांला सांगू, मी नियमितपणे ब्रॉड स्ट्रीट पंपाचेच पाणी पितो. मागच्या पूर्ण आठवड्यात मी बाहेर होतो. पण काल आल्या-आल्या मी आमच्या मिस्टर प्रिन्सला ब्रॉड स्ट्रीट पंपाचे पाणी आणण्यास फर्मावले.'' गाउल्ड सांगत होते.

''यू मिन... तुम्ही काल या पंपाचे पाणी प्यायलात?'' जॉनने डोळे विस्फारत विचारले.

''नाही, डॉक. मी पाणी आणण्यास सांगितले खरे; पण प्यायलो मात्र नाही.''

''का?''

''अरे, काल मला पाण्याचा फारच घाण वास आला. व्हेरी ऑफेन्सिव्ह स्मेल, डॉक. इट डिटर्ड मी फ्रॉम ड्रिंकिंग इट. मी पाणी पिऊ नाही शकलो.'' गाउल्डने स्पष्ट केले.

''मलासुद्धा खूप घाण वास आला पाण्याचा, गाउल्डकडे काम करणारा प्रिन्स सांगत होता, मी तर पाणी प्यायलोच नाही. पण 'आमच्याकडे कामाला येणाऱ्या कामवाल्या बाई' मात्र ब्रॉड स्ट्रीट पंपाचं पाणी पीत होत्या. त्यांना दोन-तीन दिवसांपूर्वी खूप उलट्या-जुलाब झाले. बाय गॉड्स मर्सी, आता त्यांना बरं आहे. पण मी खूप घाबरलो होतो. मला वाटलं...!'' प्रिन्स पुढे काहीच बोलला नाही; पण त्याला काय

बोलायचे आहे ते साऱ्यांनाच उमजले.

मिस्टर गाउल्डचा निरोप घेऊन जॉन बाहेर पडला तेव्हा त्याच्या मनात एकच विचार होता, 'इट सीम्स दॅट आय ॲम ऑन राईट ट्रॅक...!'

दुसऱ्या दिवशी संध्याकाळी डॉ. आर्थर हॅसेलने पाण्याचा रिपोर्ट जॉनला दिला.

डॉ. हॅसेलने लिहिले होते, 'जस्ट लिटल स्क्रॅप्स ऑफ ऑर्गेनिक मॅटर. सम ॲनिमाक्युल्स विदाउट एनी ऑर्गनाईज्ड स्ट्रक्चर.'

सेंद्रिय पदार्थाचा लहानसा अंश हॅसेलला त्या पाण्यात आढळला होता. केवळ सूक्ष्मदर्शकातूनच दिसू शकेल असे काही होते. पण त्याला निश्चित असा काही आकार नव्हता. पाण्यातील क्लोराइडचे प्रमाण नेहमीपेक्षा अधिक होते.

जॉन रोज ब्रॉड स्ट्रीट पंपाच्या पाण्याचे नमुने घेतच होता. काही पांढुरके कण दिसत असले तरी पाणी हळूहळू अधिक स्वच्छ दिसू लागले होते. डॉ. हॅसेलचे निरीक्षण, मिस्टर गाउल्डचे कथन हे सारेच विचारत घेतले तर जेव्हा आउटब्रेक सुरू झाला तेव्हा या पंपाचे पाणी अधिक दूषित दिसत असले पाहिजे.

कॉलरा पाण्यावाटे कसा पसरतो, याबद्दलच्या जॉनच्या कल्पना अगदी स्पष्ट होत्या.

पाणी पिणाऱ्या प्रत्येकालाच कॉलरा का होत नाही, या प्रश्नाचे उत्तर तो देई, पाण्याच्या प्रत्येक थेंबात कॉलराचे विष काही समप्रमाणात मिसळलेले नसते. त्याचाही हा परिणाम असू शकतो. आणि पाणी साठवून ठेवल्यानंतर कॉलराचे हे विष पाण्याच्या तळाशी साठत असावे, त्यामुळे पृष्ठभागाजवळील पाणी अगदी स्वच्छ आणि निवळलेले होत असावे. पण जसजसे तळाकडे जाऊ तसतसे पाणी अधिक दूषित असणार. कोणकोणते पाणी प्यायले त्यावर त्याला कॉलरा होणार की नाही, हे ठरणार.

जॉनची मांडणी तर्कशुद्ध होती. पण पुराव्याशिवाय ती कोण मानणार?

कारण पाण्याच्या तपासणीतून काही ठोस हाती लागले नव्हते.

'काय करावे, काय करावे?' प्रश्नांची भेंडोळी पिच्छा सोडत नव्हती. आणि मग जॉनला वाटले. आपण आपल्या मांडणीला संख्याशास्त्रीय आधार दिला पाहिजे.

'येस्स... दॅट इज वन वे आउट...'

त्याने रजिस्ट्रार जनरलला, २ सप्टेंबरला संपणाऱ्या आठवड्यात सोहो भागात झालेल्या मृत्यूंची माहिती आपल्याला मिळावी, म्हणून विनंती केली.

विल्यम फर या माणसाने खऱ्या अर्थाने या रजिस्ट्रार जनरलच्या कार्यालयाला रंगरूप दिले.

विल्यम जॉनपेक्षा पाच वर्षांनी मोठा. पण विल्यम आणि जॉनमध्ये दोन गोष्टी सारख्या होत्या. दोघेही गरीब घरातून पुढे आलेले. दोघांचे वडील मजूर आणि हे दोघे व्यवसायाने डॉक्टर. विल्यम १८३०मध्ये वैद्यकीय पदवी मिळवलेला गृहस्थ; पण त्याला संख्याशास्त्रात विशेष रस होता. त्याने सार्वजनिक आरोग्यक्षेत्रात संख्याशास्त्राचे महत्त्व अधोरेखित केले. त्यानेच सर्वप्रथम रजिस्ट्रार जनरलच्या कार्यालयामार्फत 'विकली रिटर्न्स ऑफ बर्थ ॲण्ड डेथ' प्रसिद्ध करायला सुरुवात केली.

प्रत्येक डॉक्टरने आपल्याकडे झालेल्या मृत्यूचे नेमके कारण लिहावे म्हणून तो अत्यंत आग्रही होता. त्यासाठी सर्व डॉक्टरांचे मन वळवण्यासाठी त्याने मोठी मोहीम चालवली. तो प्रसिद्ध करत असलेल्या साप्ताहिक जन्म-मृत्यू अहवालाचा फायदा जॉनसारख्या अनेक संशोधकांना झाला. त्या अर्थाने विल्यम याने सुरू केलेले काम अत्यंत मूलभूत असे होते.

जॉनही विकली रिटर्न्स ऑफ बर्थ ॲण्ड डेथ अहवालाचे महत्त्व जाणून होता. म्हणून तर त्याने ती माहिती मिळवण्यासाठी विनंती केली.

आणि ती मंजूर झाली....

गोल्डन स्क्वेअर, बर्विक स्ट्रीट आणि सेंट ॲन्स या सोहोच्या भागात २ सप्टेंबरपर्यंतच्या आठवड्यात झालेल्या आणि रजिस्ट्रार कार्यालयात नोंद झालेल्या ८९ मृत्यूंची माहिती त्याला मिळाली.

जॉनला आठवले... अगदी जुना इतिहास जरी पाहिला तरी १८३२ आणि १८४८च्या लंडनमधील दोन्ही कॉलरा उद्रेकात सोहो भागात दहापेक्षा अधिक मृत्यू झाले नव्हते.

हा उद्रेक खूपच अधिक तीव्रतेचा होता, हे स्पष्ट होते.

मृतांचे नाव, वय, व्यवसाय, पत्ते त्याने आपल्या नोटबुकमध्ये उतरवून घेतले होते. या मृत्यूंपैकी पहिल्या चार दिवसांत सहा मृत्यू झाले होते, तर ३१ ऑगस्टला

चार मृत्यू झाले होते; तर शुक्रवार आणि शनिवार या दोन दिवसांत तब्बल ७९ मृत्यू झाले होते. हा उद्रेक ३१ ऑगस्टच्या आसपास सुरू झाला असावा, असा अंदाज त्याने बांधला.

तो बारकाईने माहिती पाहू लागला. त्याच्या तर्काला बळकटी मिळत होती.

८९ पैकी अगदी ७९ मृत्यू ब्रॉड स्ट्रीट हातपंपाच्या अगदी नजीकच्या भागातील होते. या भागातील लोकांनी हा हातपंप सोडून दुसऱ्या कोणत्या पंपाचे पाणी पिणे शक्यच नव्हते. अर्थात त्याने याची खातरीही करून घेतली.

दहा मृत्यू मात्र पंपाच्या जवळच्या भागातील नव्हते.

कॉलराने मृत्यू झालेल्या या दहाही कुटुंबांना जॉन भेटला. घरावर झालेल्या मृत्यूच्या हल्ल्याने सारी कुटुंबे मुळापासून हादरली होती. त्यांना बोलते करून त्यांच्याकडून माहिती मिळवणे सोपे नव्हते.

त्यातील पाच कुटुंबे ब्रॉड स्ट्रीट पंपापासून दूर राहत होती आणि त्यांच्याजवळ दुसरे पंप होते, हेही खरे; पण तरीही दोन पावले चालत जाऊन ही कुटुंबे ब्रॉड स्ट्रीट पंपाचेच पाणी पीत होती.

इतर तीन मृत्यू हे शाळेतील मुलांचे होते. या तिन्ही मुलांची शाळा ब्रॉड स्ट्रीट पंपाजवळ होती. ही मुले शाळेत येता-जाता पंपाचे पाणी पीत.

या ८९ मृत्यूंपैकी फक्त दोन मृत्यूंचा ब्रॉड स्ट्रीट पंपाशी प्रत्यक्ष काही संबंध नव्हता. पण लंडनमध्ये इतर भागातही कॉलराची साथ सुरूच होती. त्यामुळे इतर ठिकाणीही काही मृत्यू होणे स्वाभाविक होते. त्यातीलच हे दोन मृत्यू.

■

अशोक चौकातील पाण्याच्या वितरण टाकीपासून सगळे जण कॉलराप्रभावित भागाकडे पायी चालले होते. लॅबचे तंत्रज्ञ ठिकठिकाणचे पाणी आर्थोटोलिडीन चाचणीने (ओटी टेस्ट) तपासत होते. या चाचणीने पाण्यात शुद्धीकरणासाठी क्लोरीन वापरलेला आहे की नाही, हे कळते. तसेच त्याचे अदमासे प्रमाणही कळते. अशोक चौकातील टाकीची ओटी पॉझिटिव्ह आली होती. म्हणजे तिथवर सारे काही आलबेल होते, असे म्हणायला हरकत नव्हती.

तेवढ्यात इंदिरानगर आणि शास्त्रीनगर येथे गेलेले भोसले आणि गोपाळे बाईकवर आले.

''काय झालं?''

''सर, दोन्ही भागातल्या सार्वजनिक स्टॅण्ड पोस्टच्या पाण्याची ओटी निगेटिव्ह आली.''

''मी काही घरांसमोरील नळाच्या पाण्याच्या तपासण्या केल्या, त्यापण निगेटिव्ह आल्या.''

'मुख्य वितरण टाकीत ओटी पॉझिटिव्ह येते आणि शेवटच्या माणसाला पाणी मिळताना मात्र क्लोरीन गायब होतो. म्हणजे मध्ये कुठंतरी मोठं लिकेज असलं पाहिजे. कुठंतरी मैलासुद्धा मिसळला जात असला पाहिजे.' डॉ. खरातांनी अंदाज बांधला.

आणि तसेच झाले. शास्त्रीनगरच्या प्राथमिक शाळेच्या पाठीमागे एका मोठ्या खड्ड्यात बरेच पाणी साचले होते. त्या डबक्याच्या आजूबाजूला लोकांनी शौच केल्याच्या खुणा होत्या.

''तुमची पाइपलाइन लिक आहे इथं... तुमच्या लक्षात आलं नाही?'' डॉ. खरातांनी इंजिनिअरला विचारले.

"येस, सर, आम्ही दुरुस्त करतोय ते लिकेज...!" इंजिनिअर ओशाळून म्हणाले, "सर, या दहा लाख वस्तीच्या शहरातील पाइपलाइनची लांबी ३०० किलोमीटरपेक्षा जास्त आहे. खूप तारांबळ होते आमची सारी दुरुस्ती आणि डागडुजी करताना."

"खरात, ते लिकेज गेल्या सहा महिन्यांपासून आहे तिथं... आउटब्रेक आताच व्हायचं कारण काय?" डीएचओ वाघमारे डॉ. खरातांच्या कानात कुजबुजले.

"सहा महिने? आता मात्र कमालच झाली..." डॉ. खरात वाघमारेंच्या कानात कुजबुजले.

डॉ. खरातांना जॉनच्या काळातील लंडन आठवले....

'१८५४चं लंडन असंच बकाल होतं. एक आधुनिक शहर म्हणून विकसित व्हायला लंडनला शंभर वर्षं लागली. जोसेफ बाझलगेट या कल्पक अभियंत्याने १८५४च्या उद्रेकानंतर या शहराची संपूर्ण सांडपाणी व्यवस्था नव्यानं तयार केली.

'थेम्स स्वच्छ झाली. आज ती जगातील एक सुंदर नदी आहे. तिच्या सौंदर्यात बाझलगेटने उभारलेल्या सांडपाणी व्यवस्थेचा मोठा वाटा आहे.'

'शहरातील खरी सौंदर्यस्थळं जमिनीवर नसतात तर ती जमिनीखाली असतात. या पायाभूत सौंदर्यावर शहराचं जगणं अवलंबून असतं. आपल्याला हे लवकर उमजायला हवं.' डॉ. खरातांचे स्वगत सुरू होते.

शंतनुने त्या लिकेजमुळे झालेल्या डबक्याचा फोटो घेतला. डबके अगदी शाळेच्या भिंतीला चिकटले होते.

राज्यस्तरावरून टीम आली आहे म्हटल्यावर तीन-चार स्थानिक पत्रकारही आले. त्यांनी डॉ. खरातांना प्रश्न विचारायला सुरुवात केली. डॉ. खरातांनी उद्रेकाबद्दलची कारणे स्पष्ट केली.

"हा उद्रेक कॉलराचा आहे, हे स्पष्ट झालं आहे. याचाच अर्थ या भागातील पाणी कुठं ना कुठंतरी दूषित झालं आहे, हे स्पष्ट आहे. समोर दिसत आहे ते लिकेज याला कारणीभूत असावं, असा प्राथमिक अंदाज आहे. 'हे लिकेज दुरुस्त होत नाही तोपर्यंत या भागाला टँकरने पाणीपुरवठा करावा,' अशी विनंती आम्ही कमिशनरसाहेबांना करणार आहोत. त्यामुळे हा उद्रेक लवकर आटोक्यात येण्यास मदत होईल.

"पुढील दोन आठवडे घरोघर रुग्णांचा शोध घेतला जाईल. प्रत्येक घरात पाणी शुद्धीकरणासाठी मेडिक्लोरचं वाटपही करण्यात आलेलं आहे.

"इथं २४ तास ॲम्बुलन्स आणि वैद्यकीय पथकाची नेमणूक करण्यात आलेली आहे. रुग्णांच्या उपचारासाठी वैद्यकीय महाविद्यालयाच्या रुग्णालयात विलगीकरण कक्ष कार्यरत आहे. या सगळ्या उपाययोजनांमुळे हा उद्रेक लवकरच नियंत्रणात येईल."

डॉ. खरात पत्रकारांशी बोलेपर्यंत शंतनु आणि संघमित्रा शास्त्रीनगरच्या त्या शाळेभोवती चक्कर मारत होते. शाळेच्या पुढील भिंतीवर त्यांना एका लग्नाचा बोर्ड लावलेला दिसला. 'पाटील - नाडहल्ली' अशी आडनावे आणि मध्ये शुभविवाहाचे स्वस्तिक चिन्ह...! तारीख कुठलीतरी मागची होती.

"अरे, ही शाळा आहे की मॅरेज हॉल!" संघा हसत-हसत म्हणाली.

"वेडाबाई, एवढा मोठा शाळेचा बोर्ड लावलाय. दिसत नाही तुला?" शंतनुने तिला छेडले.

पत्रकारांशी बोलून झाल्यावर डॉ. खरातांनी काही घरांना भेटी दिल्या. ज्या घरात कॉलराचे रुग्ण आढळले त्या कुटुंबाशी ते बोलले. त्या भागातील शौचालयांची व्यवस्था पाहिली. आणि मग ते कमिशनरांना भेटायला निघाले.

तेव्हा मात्र संघा म्हणाली, "पॉप्स, तुम्ही जाऊन या तिकडे. मी आणि दादू कुलकर्णीकाकांसोबत लॅबमध्ये थांबतो."

"हो... आम्ही जरा हा कॉलराचा जिवाणू दिसतो कसा, हे तरी बघतो."

डॉ. खरातांनी मान डोलावली....

■

जॉनचा ब्रॉड स्ट्रीट पंपावरील संशय अधिक बळावला होता. तो मिळवत असलेला प्रत्येक पुरावा, प्रत्येक माहिती या पंपाकडे अंगुलीनिर्देश करत होती. एक संशोधक म्हणून तो आपली केस अधिकाधिक मजबूत करत होता. जसजशी अधिक माहिती तो घेत होता तसतशी त्याला आश्चर्यचकित करणारी माहिती हाताशी लागत होती. दरम्यान, त्याला मिडलसेक्स हॉस्पिटलमध्ये झालेले मृत्यू कळाले. ते लक्षात घेतले तर मृत्यूंची संख्या १९७वर जाऊन पोहोचली. रजिस्ट्रार जनरलकडे सर्व मृत्यूंच्या घटनांची माहिती नव्हती, हे स्पष्ट होते.

तो दररोज सोहोत चक्कर मारत होता. वेगवेगळ्या लोकांना भेटत होता. माहिती गोळा करत होता. निरीक्षण करत होता. मृत्यूची आकडेवारी पाचशेच्या घरात चालली होती.

सोहोत पोलंड रस्त्यावर गरीब मजुरांचे एक वर्कहाउस होते. किमान ५३५ कामगार असतील या वर्कहाउसमध्ये. सोहोमध्ये कॉलरामुळे होणाऱ्या मृत्यूचे प्रमाण पाहता या वर्कहाउसमध्ये किमान शंभरच्या आसपास तरी कॉलरा-मृत्यू अपेक्षित होते. पण या वर्कहाउसमध्ये अवघे पाच कॉलरा-मृत्यू झाले होते. जॉनला खूप आश्चर्य वाटले. त्याने या वर्कहाउसला प्रत्यक्ष भेट देऊन चौकशी केली, तर त्याच्या लक्षात आले की, हे मजूर ब्रॉड स्ट्रीट हातपंपाचे पाणी अजिबात वापरत नव्हते. या वर्कहाउसमध्ये त्यांचा स्वतःचा एक हातपंप होता आणि त्यांना ग्रॅण्ड जंक्शन वॉटर कंपनीद्वारे पाणीपुरवठा होत असे. ही कंपनी शहराच्या वरच्या भागातून आपले पाणी

उचलत असल्याने पाण्यात मैला मिसळण्याची शक्यता नव्हती.

लायन ब्रेवरी या ब्रॉड स्ट्रीट पंपाजवळ असलेल्या दारूभट्टीची माहिती तर अजूनच धक्कादायक होती. ही दारूभट्टी या पंपाजवळ असूनही या भट्टीवर काम करणाऱ्या सत्तरपैकी एकाही कामगाराला काहीही झालेले नव्हते. जॉनला मोठे आश्चर्य वाटले. लायन ब्रेवरीचे रहस्य शोधण्यासाठी तो स्वतः या दारूभट्टीच्या मालकाला म्हणजे मिस्टर हगिन्सला भेटला.

हा हगिन्स मोठा मजेशीर माणूस निघाला.

डॉ. जॉन त्याला ब्रेवरीच्या दारावरच भेटला. तेव्हा तो गमतीने म्हणाला, ''डॉक्टर, इकडं कुठं? हिअर नो कॉलरा, नो डेथ.''

''आय नो, मला माहीत आहे, मिस्टर हगिन्स. तुमच्या दारूभट्टीमध्ये एकही कॉलरा-मृत्यू झाला नाही, याची मला कल्पना आहे.''

यावर हगिन्स हसला.

''बट यू आर सो क्लोज टू ब्रॉड स्ट्रीट पंप. यू मस्ट बी युजिंग सेम वॉटर...?'' जॉनने न राहवून विचारले.

''नॉट ॲट ऑल. आम्हांला न्यू रिव्हर कंपनीचा वॉटर सप्लाय आहे. तो आम्हांला पुरेसा होतो.''

''पण तुमच्याकडे काम करणारे कामगार पिण्यासाठी वगैरे ब्रॉड स्ट्रीट पंपाचं पाणी वापरत असतील?'' जॉनचे खणणे सुरू होते.

''नो, डॉक!'' हगिन्स मोठ्याने हसत म्हणाला.

''कसं शक्य आहे?'' जॉन बुचकाळ्यात पडला, ''लोकांचा एवढा लाडका पंप इतक्या शेजारी असताना तुमचे कामगार त्याचा वापर करत नाहीत, हे मला तरी जरा कोडंच वाटतं...''

''देअर इज नो सिक्रेट, डॉक! आम्ही आमच्या कामगारांना त्यांच्या कामाच्या बदल्यात रोजगारासोबतच काही माल्ट लिकर म्हणजे दारू देतो.'' हगिन्स मोठ्याने हसला, ''माय पिपल ड्रिंक ओन्ली माल्ट लिकर. ओन्ली लिकर ॲण्ड नो वॉटर...!''

''अनबिलिवेबल...!!''

''बट टू...! आणि त्यांच्या थोड्याफार पाण्याच्या गरजेकरिता आमचा पाणीपुरवठा आहेच. सो नो नीड टू गो टू ब्रॉड स्ट्रीट हॅण्डपंप...!''

“ओ आय सी...!”

“लिकर इज द सिक्रेट ऑफ अवर इम्युनिटी...!” हगिन्स हसत म्हणाला.

“चुकीचे निष्कर्ष काढू नका, मिस्टर हगिन्स. तुमचे लोक ब्रॉड स्ट्रीट पंपाचं पाणी पीत नाहीत. दॅट इज द ओन्ली रिझन ऑफ युवर सेफ्टी... नथिंग एल्स...!!” जॉन थोडासा वैतागून, पण हगिन्सच्या पाठीवर थोपटत म्हणाला.

याच्या उलट परिस्थिती ३७, ब्रॉड स्ट्रीटवर असलेल्या पर्कशन कॅप फॅक्टरीमध्ये होती. तिथे दोनशेच्या आसपास मजूर होते, त्यांपैकी अठरा जण कॉलराने गतप्राण झाले होते. इले ब्रदर्सची फॅक्टरी होती. मालक महोदय आपल्या कष्टकरी मजुरांची तहान भागावी म्हणून पाण्याचे दोन मोठे पिंप भरून ठेवत. हे पाणी ब्रॉड स्ट्रीट पंपाचे असे.

■

''ब्रॉड स्ट्रीट पंपाला सैतानानं पछाडलं असावं.'' डॉ. मार्शल बोलत होते. ग्रीक स्ट्रीटवर ते प्रॅक्टिस करत होते. सर्जन म्हणून त्यांची ख्याती होती.

''डॉक्टर, असा अनसायंटिफिक विचार का करता आहात तुम्ही?'' जॉनने त्यांना आपल्या नेहमीच्या सौम्य स्वरात विचारले.

''आय टोटली अ‍ॅग्री विथ डॉ. मार्शल. धिस पंप सीम्स टू बी पसेस्ड बाय सम अनहोली स्पिरिट...'' शेजारी बसलेल्या डॉ. फ्रेझरने सहमती दर्शवली.

जॉनला हसू आवरेना. डॉक्टर म्हणवणारी मंडळी जेव्हा सैतान आणि अनहोली स्पिरिटच्या गोष्टी करतात, तेव्हा काय बोलणार? पण त्यांना काय बोलायचे आहे, हे समजून घेणे भाग होते.

डॉ. मार्शल ८-९, ब्रॉड स्ट्रीटवर असलेल्या डेंटल साहित्याच्या कारखान्याबद्दल सांगत होते. या छोटेखानी कारखान्यात एकूण नऊ कामगार काम करत होते. त्यातील सात जण नियमितपणे ब्रॉड स्ट्रीटवरील हातपंपाचे पाणी पीत. गेल्या तीन दिवसांत हे सातही जण आपापल्या घरी कॉलराला बळी पडले. केवळ दोघे बचावले, जे या पंपाचे पाणी पीत नसत.

जॉनने त्यांना लायन ब्रेवरी आणि वर्कहाउसमधल्या कामगारांबद्दल सांगितले.

''डॉ. स्नो, लिसन, वन ऑफ माय फ्रेंड, अ‍ॅन आर्मी ऑफिसर! कुठं राहायचा हा, तर चक्क सेंट जॉन्स वुडला. ऑन फर्स्ट ऑफ सप्टेंबर... त्या दुर्दैवी दिवशी हा माझा मित्र जेवायला म्हणून वॉर्डुर स्ट्रीटवरच्या हॉटेलात आला. हे हॉटेल ब्रॉड स्ट्रीट पंपाचं पाणी वापरतं. मित्र जेवून घरी गेला. संध्याकाळी

कॉलराची लक्षणं... आय स्टील डू नॉट बिलिव्ह, डॉक! अरे, आर्मी ऑफिसर... एकदम स्टर्डी माणूस... ही कोलॅप्सड इन फ्यु अवर्स! काही तासांत गेला बिचारा! जे काम शत्रूच्या बुलेट्स नाही करू शकल्या, ते या कॉलरानं काही तासांत करून दाखवलं.''

ब्रॉड स्ट्रीट पंपाचे पाणी अनेक व्यावसायिक वापरत, याची नोंद जॉनने केली होती. त्याला कालचाच त्या कॉफी हाउसच्या मालकिणीसोबतचा संवाद आठवला.

ब्रॉड स्ट्रीटवरच तिचे छोटेसे कॉफी हाउस होते.

''अरे वा, तुमच्या कॉफी हाउसला हा पंप अगदीच जवळ आहे. तुम्ही हेच पाणी वापरत असाल?'' जॉनने तिला विचारले होते.

''म्हणजे काय? अहो, सगळेच जण हेच पाणी वापरतात.'' ती दूर उजवीकडे हात दाखवत म्हणाली, ''तो सरबतवाला दिसतोय... तोसुद्धा हेच पाणी वापरतो. आणि तो पलीकडच्या रस्त्यावरचा लंच होमवाला त्याचंही पाणी इथून जातं.''

''इथं कारखाने, फॅक्टरी असल्यानं तुमचा व्यवसाय चांगला चालत असेल?'' जॉन तिला मोठ्या खुबीने बोलते करत होता.

''हो ना... पण या दुष्ट कॉलराला काय करावं? आता गर्दीच कमी झाली. अहो, माझ्याकडे नेहमी येणाऱ्या गिऱ्हाइकांपैकी जवळपास नऊ जण गेले ना या कॉलरानं!'' बाई दु:खाने म्हणाली.

कॉफी हाउसमधील पाण्यामुळे ते गेले, हे तिला कोण सांगणार?

डॉ. मार्शलच्या मित्राची घटना ऐकताना जॉनला त्या दुर्दैवी नऊ मजुरांची कहाणी आठवली.

आता डॉ. फ्रेझरची पाळी होती. फ्रेझर ओक्ले स्क्वेअरला प्रॅक्टिस करे. प्रत्येकाकडे आपापले अनुभव होते.

फ्रेझर सांगू लागला, ''सेम हॅपण्ड टू माय फॅमिली फ्रेंड... दक्षिण किनाऱ्याच्या ब्रायटन शहरात राहणारा माणूस. त्याचा भाऊ इथं पोलंड स्ट्रीटला राहायचा. तो आजारी असल्याचं त्याला कळलं. घरच्यांची घाई सुरू झाली... जा... त्याला भेटून या... बघून या... कसा आहे ते...? खरं तर त्याची इकडे यायची इच्छाच नव्हती. पण घरच्यांच्या आग्रहापुढे त्याचं काही चाललं नाही.''

बोलता-बोलता फ्रेझरने सगळ्यांकडे पाहिले आणि तो पुढे सांगू लागला, ''अरे, तो एक सप्टेंबरला इथं पोहोचण्यापूर्वीच त्याचा भाऊ कॉलरानं मरण पावला होता. अंत्यविधीपण झाले होते. त्याला बिचाऱ्याला भावाचं शेवटचं दर्शनही झालं नाही. भावाच्या घरात तो फार-फार तर वीस मिनिटं असेल-नसेल. लांबून प्रवासावरून आलाय म्हणून तशा प्रसंगातही कुणीतरी त्याला खाण्यासाठी काहीतरी, ब्रॅण्डी आणि पाणी दिलं. दॅट्स ऑल. बट दॅट वॉटर वॉज फ्रॉम ब्रॉड स्ट्रीट पंप...!''

सगळे जण क्षणभर शांत झाले. पुढे काय झालं, असे कोणीच विचारले नाही. जणू काही प्रत्येकालाच कथेचा शेवट माहीत होता.

तरीही डॉ. फ्रेझर पुढे म्हणाला, ''आपल्या भावाच्या घरातून तो मध्य लंडनमधल्या पेंटॉनव्हिले भागात काही कामानिमित्त गेला. ॲण्ड कॉलरा कॉट हिम. ऑन द इव्हिनिंग ऑफ सेकंड सप्टेंबर, द पुअर फेलो वॉज नो मोअर...!''

तिघेही शांत बसून होते. कोणी काहीच बोलले नाही.

''हॅव यू नोटिस्ड वन इंटरेस्टिंग थिंग इन अवर विकली रिटर्न ऑफ बर्थ्स ॲण्ड डेथ्स?'' डॉ. फ्रेझरने शांततेचा भंग करत विचारले. रजिस्ट्रार जनरलचे कार्यालय प्रत्येक विभागाचा साप्ताहिक जन्म-मृत्यूंचा अहवाल प्रकाशित करत असे. ओक्ले स्क्वेअर लंडनच्या उत्तर विभागात आहे. सध्या जॉनचे लक्ष मुख्यत्वे सोहो विभागावर असल्याने डॉ. फ्रेझरच्या विभागाचा अहवाल त्याच्या पाहण्यात आला नव्हता.

''काय विशेष आहे या जन्म-मृत्यू अहवालात!!'' जॉनने उत्सुकतेने विचारले.

''हॅम्पस्टेड वेस्टमध्ये एका ५९ वर्षं वयाच्या वृद्धेचा मृत्यू कॉलरानं झाल्याची नोंद आहे, या अहवालात!'' फ्रेझरने भुवया उंचावत म्हटले.

''हॅम्पस्टेड???'' जॉन आणि मार्शल दोघेही एकाच वेळेस उद्‌गारले.

सोहोपासून सुमारे साडेसहा किलोमीटर दूर असणारे हॅम्पस्टेड एका टेकडीवर वसलेले होते. समुद्रसपाटीपासून आणि थेम्स नदीपासून उंचावर असल्याने हा भाग इतर भागांपेक्षा आरोग्यदायी होता. अख्ख्या लंडनमध्ये कॉलराचे थैमान माजलेले असताना इथे मात्र आजवर एकही कॉलरा-मृत्यू झालेला नव्हता. त्यामुळे हा एकमेव कॉलरा-मृत्यू विचारात पाडणारा होता.

''काय नाव आहे? आणि कधी झाला आहे हा मृत्यू?'' जॉनने विचारले.

“मिसेस सुसान इले, २ सप्टेंबर १८५४, शनिवार!” डॉ. फ्रेझर म्हणाले.

‘मिसेस सुसान इले... सोहोच्या पर्कशन कॅपच्या इले ब्रदर्सशी तिचं काही नातं असावं काय?’ जॉन स्वत:शीच बोलावे तसा बोलला. पण त्याच्या मनातले कळल्यासारखे फ्रेझर म्हणाला, “ब्रॉड स्ट्रीटवरील पर्कशन कॅप फॅक्टरी तिच्या नवऱ्यानं सुरू केली. तिचा नवरा वारला आता... तिची मुलं चालवतात ती फॅक्टरी...!

“ओ आय सी...!” जॉन म्हणाला. ती नक्कीच मागच्या आठवड्यात मुलांकडे येऊन गेलेली असणार. मला पुन्हा एकदा इले बंधूंना भेटले पाहिजे.

■

"मॉम आणि इकडे? नो वे, मागच्या आठवड्यात सोडा, मागील कित्येक महिन्यांत ती इकडे आली नव्हती." इले ब्रदर्सपैकी एकाने जॉनला सांगितले.

जॉनचा अपेक्षाभंग झाला.

"कधीच नाही?" त्याने पुन्हा एकदा खातरी करण्याकरिता विचारले.

"नो, डॉक्टर! तिला हॅम्पस्टेडचं शांत आणि हवेशीर वातावरण खूप आवडायचं. 'इकडे माझा जीव गुदमरतो,' असं म्हणायची ती."

'इट मिन्स देअर इज नो ब्रॉड स्ट्रीट पंप कनेक्शन टू धिस डेथ...!' जॉन मनाशीच पुटपुटला.

इले बंधूंचा निरोप घेऊन तो परत निघाला असताना एक कामगार आत आला.

"मिस्टर इले, आपण हॅम्पस्टेडला पाठवायचो तो कंटनेर मी माळ्यावर ठेवून दिलाय."

"ओके, टॉम! आता तुला हॅम्पस्टेडला फेऱ्या मारण्याची आवश्यकता नाही."

जॉन त्या दोघांमधील संभाषणाने चमकला.

"पार्डन मिस्टर इले, बट मे आय नो व्हॉट यू बोथ आर स्पिकिंग?" जॉनने एखाद्या डिटेक्टिवच्या थाटात विचारले.

"डॉक्टर जॉन स्नो, नो सिक्रेट इन दॅट. माझ्या मॉमला ब्रॉड स्ट्रीटवरील या पंपाचं पाणी खूप आवडायचं. ती हॅम्पस्टेडला जरी राहायला गेली तरी तिला पाणी मात्र या पंपाचंच लागायचं. म्हणून, रोज सकाळी टॉम पाण्याचे कंटेनर ब्रॉड स्ट्रीट पंपावरून भरून घ्यायचा आणि एका घोडागाडीतून हॅम्पस्टेडला मॉमला पोहोचवून यायचा."

"दॅट्स इट!" जॉन जवळजवळ ओरडलाच.

'ती ब्रॉड स्ट्रीट पंपाकडे येत नव्हती; पण ब्रॉड स्ट्रीट पंप तिच्याकडे जात होता.'

"हा आठवडा आमच्यासाठी खूप वाईट गेला, डॉ. स्नो! आमची आई तर गेलीच; पण त्यानंतर लगेच इस्लिंगटनला राहणारी माझी चुलत बहीणही वारली."

"इस्लिंगटन...? कशी काय?"

"आई आजारी म्हणून तिला भेटायला आली होती. आईला भेटून ती गेली आणि लगेच कॉलरानं आजारी पडली. त्यातच ती गेली."

ही साखळी वाढतच चालली होती.

काही घडले होते, ज्यामुळे ब्रॉड स्ट्रीट हातपंपाचे पाणी दूषित झाले होते. पण नक्की काय घडले होते?

चार-पाच दिवसांपूर्वी या हापशाचं पाणी प्यावंसं वाटत नव्हतं, अशी माहिती इकडच्यातिकडच्या गप्पा मारता-मारता इले ब्रदर्सने जॉनला दिली.

ब्रॉड स्ट्रीट पंपाच्या विहिरीची खोली २८-३० फूट होती. काही फूट जवळूनच सांडपाणी आणि मैला वाहून नेणारी पाइपलाइन जात होती. या दोन्हींमध्ये काही गळती, काही लिकेज असले पाहिजे....

किंवा

शेजारचा एखादा सेसपूल लिक होऊन मैला हातपंपाच्या पाण्यात शिरला असावा....

पण तसे कसे शक्य आहे? एडविन चॅडविकच्या कॉलरा ॲक्टनंतर लंडनमधील सगळे सेसपूल नष्ट करण्यात आले होते. त्यामुळे हातपंपाजवळ एखादा सेसपूल असण्याची शक्यता अजिबात नव्हती.

मग काय झाले असावे?...

नक्की काय झाले असावे?...

ब्रॉड स्ट्रीट पंपाचे पाणी दूषित झाले आहे, हे नक्की. पण कसे? कसे? कसे?

जॉनचे विचारचक्र थांबता थांबत नव्हते.

■

''आपल्या भागात कॉलराचा झालेला उद्रेक ही आपल्या पापांची त्या आकाशातील बापाने दिलेली शिक्षा आहे का? तसे म्हणावे, तर मग आपला सोहो भाग हा सेंट ल्युक्सचा विभाग लंडनमधील इतर विभागांपेक्षा अधिक पापी आहे का? मला तसे वाटत नाही. परमेश्वराची योजना अधिक व्यापक असते, अनेकदा आपल्या छोट्याशा मेंदूला ती कळत नाही.'' रेव्हरंड हेन्री व्हाइटहेड सेंट ल्युक्स चर्चमध्ये आपले प्रवचन देत होते.

एखाद्या उद्रेकात, दुर्घटनेत गेलेल्या जिवांना पापी, भित्रे म्हणणे किती सोपे असते?

त्यांना काही वर्षांपूर्वी *टाइम्स*मध्ये आलेली बातमी आठवली. बातमी भारतातील कॉलरा उद्रेकाची होती. त्यात सुमारे २० हजार लोक मृत्युमुखी पडले होते.

'भारतीय लोक असंस्कृत, रानटी असल्याने त्याची शिक्षा म्हणून कॉलरा उद्रेक तिथे झाला', असा त्या बातमीचा आढ्यताखोर सूर होता. भारतातील या उद्रेकात ब्रिटिश सैन्यातील उच्चाधिकाऱ्यांपासून सामान्य सैनिकांपर्यंत अनेक ब्रिटिश नागरिकांचा मृत्यू झाला होता, या तपशिलाकडे जाणीवपूर्वक दुर्लक्ष करण्यात आले होते.

रेव्हरंड हेन्री व्हाइटहेड सांगू लागले,

''आणि सभ्य स्त्री-पुरुषहो, हे पाप असेलच तर ते कुण्या एकट्या-दुकट्याचे पाप नाही. हे आपले 'राष्ट्रीय पाप' आहे. आपण आपल्यातीलच काही जणांना गरीब ठेवणे, त्यांच्या वस्त्या-घरे गलिच्छ ठेवणे, असे भयंकर पाप केले आहे. परमेश्वराच्या

वाटा समतेच्या असतात; पण माणूस मात्र विषमता पसरवत राहतो. कॉलरासुद्धा असे भेद मानत नाही, हे या उद्रेकाने दाखवून दिले आहे. या उद्रेकात श्रीमंत-गरीब सारेच सारख्याच प्रमाणात बळी पडले आहेत. जर परमेश्वर भेदभाव करत नाही, कॉलरासारखा भयप्रद आजार भेदभाव करत नाही, तर हा भेदभाव तुमच्या माझ्या मनातून कधी जाणार?''

व्हाइटहेड काही डॉक्टर नव्हते, शास्त्राचे विद्यार्थी नव्हते; पण जॉन स्नोसोबत त्यांचेही या उद्रेकाविषयीचे विश्लेषण सुरू होते. त्यांची स्वत:ची कोणतीच थिअरी नव्हती. पण म्हणूनच त्यांच्या मनाची दारे सर्व प्रकारच्या निष्कर्षाकरिता मोकळी होती. अशा प्रकारचा उद्रेक भविष्यात कसा टाळता येईल, या एकाच भावनेने व्हाइटहेड काम करत होते.

ते पाहत होते – प्रत्येक रस्त्यावरील घरे किती? लोकसंख्या किती? किती मृत्यू झाले? किती घरे सुरक्षित राहिली? त्याची कारणे काय? जे गेले त्यांचा वयोगट काय?

या निरपेक्ष मांडणीतून, सामान्य माणसाच्या निर्हेतुक तर्कबुद्धीने ते विचार करत होते. आणि म्हणूनच ते अचूक उत्तरापर्यंत पोहोचण्याची शक्यता होती.

त्यांची कामावरील निष्ठा, परमेश्वरावरील अनन्यसाधारण श्रद्धा, मानवतेची सेवा करण्याची मनोमन इच्छा, या गोष्टींनी प्रेरित होऊन ते गल्लीबोळांतून फिरत होते.

कॉलरा उद्रेकाबद्दलची त्या काळातील प्रत्येक धारणा ते तपासून पाहत होते.

कॉलरा मिॲस्मामुळे पसरतो, तो गलिच्छ, घाणेरड्या वस्त्यांमध्ये पसरतो, असे असताना पीटर रस्त्यावरील एका घरात– जे घर गेल्या वर्षी 'सर्वात स्वच्छ घर' म्हणून आरोग्य कमिटीने नावाजले होते, त्या घरात– तब्बल बारा जणांचा कॉलरामुळे मृत्यू झाला होता. हे रेव्हरंड व्हाइटहेड आपल्या विवेकबुद्धीवर घासून पाहत होते.

भित्री आणि दुबळी माणसे, ज्यांची आंतरिक़शक्ती कमी आहे, अशी माणसे कॉलराला बळी पडतात, अशी धारणा. पण त्यांच्या चर्चमधील ग्रंथवाचक जेम्स रिचर्डसनसारख्या धैर्यशील माणसालाही कॉलरा होताना ते पाहत होते.

आज त्यांच्यासमोर प्रवचनाला बसलेल्या मूठभर लोकांमध्ये म्हाताऱ्या स्त्रिया अधिक होत्या. या उद्रेकात तगडी तरुण माणसे दगावत असताना या कशा बचावल्या, असा प्रश्न त्यांना पडत होता. 'या म्हाताऱ्याकोताऱ्यांना ब्रॉड स्ट्रीटवरील हापशाचे

पाणी हापसून आणून द्यायला कोणी नसणार, म्हणून या बचावल्या की काय...!' व्हाइटहेड मनातल्या मनात विचार करत होते.

बेंजामिन हाल हा सध्या राष्ट्रीय आरोग्य समितीचा अध्यक्ष होता. एडविन चॅडविकवरील लोकांच्या नाराजीनंतर तो या पदावर आला होता. तो त्याच्या समितीच्या सदस्यांसह सोहो भागात राउंड घेत होता. त्या भागातील दुर्गंधी घालवण्यासाठी हरतऱ्हेचे प्रयत्न केले जात होते. चुनखडीच्या फक्कीचे पट्टे रस्त्याच्या दोहो बाजूला पसरण्याशिवाय काहीच होत नव्हते. समितीच्या सदस्यांपैकी कोणीच खोलात जाऊन या उद्रेकाचे कारण शोधण्याचा प्रयत्न करत नव्हते. मिॲस्माची झापडे लावून सारे चालले होते. जॉन जे काही मांडत होता त्याकडे जाणीवपूर्वक दुर्लक्ष करण्याचे काम मात्र पद्धतशीरपणे सुरू होते. वर्तमानपत्रांमधून सोहो विभागाला समितीच्या भेटीच्या बातम्या येत होत्या. राष्ट्रीय आरोग्य समिती अत्यंत मनापासून काम करत आहे, असा देखावा तर तयार होत होता. पण ही समिती केवळ चुन्याची फक्की रस्त्यावर फेकून नेमके काय साधत होती, हे कोणालाच कळत नव्हते. पण सर्वसामान्य जनतेसाठी दृश्य स्वरूपात काही दिसणे आवश्यक असते, ते दिसतही होते आणि त्याचा तीव्र वास नाकाला जाणवतही होता.

सात सप्टेंबरला सोहो भागातील बोर्ड ऑफ गार्डियन्सची बैठक होणार होती. बोर्ड ऑफ गार्डियन्स हे त्या-त्या भागातील स्थानिक स्वराज्य संस्थेसारखे होते. एका अर्थाने त्या भागातील नागरिकांचीच समिती. यामध्ये त्या-त्या भागातील चर्च पुढाकार घेत असे.

ही बातमी कळताच जॉनने बोर्ड ऑफ गार्डियन्सला आपणांस या बैठकीत बोलायचे असल्याचे सांगितले आणि या बैठकीत आपणांस आपले मत व्यक्त करण्याची परवानगी मिळावी, अशी विनंतीही केली.

जॉनच्या कॉलरा जलजन्य असल्याच्या थिअरीवर बोर्ड ऑफ गार्डियन्समध्येही कुणाचा फारसा विश्वास असा नव्हता. पण एक डॉक्टर म्हणून जॉनबद्दल सगळ्यांनाच आदर होता. तो जे संशोधन करतो आहे, त्याबद्दल उत्सुकताही होती. त्यामुळे या बोर्ड ऑफ गार्डियन्सच्या बैठकीत जॉनला बोलण्याची परवानगी देण्यात आली.

जॉन हा काही कसलेला वक्ता नव्हता. पण काहीतरी महत्त्वाचे, लोकांच्या फायद्याचे सांगावयाची त्याची तळमळ होती.

आपल्या घोगऱ्या आवाजात त्याने बोर्ड ऑफ गार्डियन्स बैठकीत बोलण्यास सुरुवात केली,

फ्रेंड्स, मागील आठ-दहा दिवसांपासून सोहो विभागात आपण न भूतो, न भविष्यति असा कॉलराचा उद्रेक पाहतो आहोत. केंब्रिज रस्ता जिथे ब्रॉड स्ट्रीटला मिळतो त्या कोपऱ्यापासून २५० यार्डांच्या परिघात मागील दहा दिवसांत जवळपास ५०० मृत्यू झालेले आहेत. एवढ्या छोट्याशा भागात, एवढ्या कमी दिवसांत प्लेगमुळेदेखील एवढ्या मोठ्या प्रमाणावर जीवितहानी झाली नव्हती, हे लक्षात घेतले तर या आउटब्रेकचे गांभीर्य आपल्या ध्यानात येईल.

या उद्रेकाकडे सामाजिक अंगाने पाहणेही गरजेचे आहे. सोहो विभागात सर्व स्तरांतील लोक राहतात, हे आपण सर्व जाणता. पोलंड रस्ता, ग्रेट पुलटेनी रस्ता या भागात मुख्यत्वे श्रीमंतांचे बंगले आहेत. हजबंड आणि पीटर रस्त्यावर आयरिश गरीब लोकांची वस्ती मोठ्या प्रमाणावर आहे. सोहो विभागातील इतर ठिकाणीही या दोन वर्गांमधील लोकांची वस्ती आहे. या सर्व वर्गांत जवळपास सारख्याच प्रमाणात मृत्यू झालेले आहेत. म्हणून ही समस्या कोणा एका वर्गाची नाही, तर ती आपल्या सर्वांची आहे.

काय कारण असावे या उद्रेकाचे? मी गेले काही दिवस, रात्रंदिवस या भागातील आकडेवारीचे विश्लेषण करतो आहे. वेगवेगळ्या स्तरांतील लोकांना भेटतो आहे. माझ्या आजवरच्या अभ्यासातून मला एकच गोष्ट ठळकपणे लक्षात येत आहे, की हा आउटब्रेक ब्रॉड स्ट्रीटवरील लोकप्रिय हापशाचे पाणी दूषित झाल्यामुळे झाला आहे. मला संशय नाही, खातरी आहे.

असे म्हणून जॉनने आपल्याकडील सारी आकडेवारी, मृत लोकांचा ब्रॉड स्ट्रीट

हापशाच्या पाण्याचा संबंध, हॅम्पस्टेडची सुसान इले, लायन ब्रेवरी, वर्कहाउस, ही सारी उदाहरणे बोर्ड ऑफ गार्डियन्ससमोर मांडली.

> या हापशाचं पाणी दूषित झाल्यानेच हा आउटब्रेक झाला आहे, हे स्पष्ट करण्यासाठी हे सारे पुरेसे आहे. म्हणून माझी या सन्माननीय बोर्ड ऑफ गार्डियन्सना एकच विनंती आहे, आपण या हापशाचा दांडा तोडून टाकावा. त्यामुळे लोक या हापशाचे पाणी वापरणार नाहीत आणि हा आउटब्रेक लवकर नियंत्रणात येण्यास मदत होईल.

जॉनने विस्तारपूर्वक आपली बाजू मांडली.

एवढे तपशीलवार आणि उदाहरणांसह बोलूनही बोर्ड ऑफ गार्डियन्सना जॉनचे म्हणणे पटले नाही. त्यांचा मुळात मिॲस्मा थिअरीवर प्रचंड विश्वास होता. ब्रॉड स्ट्रीट हापशाची आजवरची ख्याती, त्याचे पाणी दूषित झाले असावे, असे म्हणण्याची मुभा त्यांना देत नव्हते.

असे कसे शक्य आहे?

मात्र, जॉनने दिलेले पुरावे बिनतोड होते. त्या पुराव्यांना नाकारणेही अशक्य होते. अखेरीस बोर्ड ऑफ गार्डियन्सने ब्रॉड स्ट्रीट हापशाचा दांडा मोडण्याचा निर्णय घेतला.

आणि...

दिनांक ८ सप्टेंबर १८५४, शुक्रवार या दिवशी ब्रॉड स्ट्रीट हापशाचा दांडा मोडण्यात आला.

सार्वजनिक आरोग्याच्या दृष्टीने हा एक ऐतिहासिक क्षण होता.

'व्हिब्रिओ कॉलरा' या जिवाणूविरुद्ध मानवाने विचारपूर्वक उचललेले हे पहिले पाऊल होय.

जॉन स्नोच्या अथक परिश्रमाचा तर हा विजय होताच; पण त्याहून अधिक मानवाने आधुनिक साथरोग शास्त्राची पायाभरणी केली होती या दिवशी.

आणि याच दिवशी बोर्ड ऑफ हेल्थने ब्रॉड स्ट्रीट उद्रेकाची पाहणी आणि विश्लेषण करण्यासाठी त्रिसदस्यीय समिती नेमली. या समितीने काय काय पाहावे,

या संदर्भात बेंजामिन हाल यांनी ज्या सूचना दिल्या होत्या, त्यात ब्रॉड स्ट्रीट हापशाचा, पाणी गुणवत्तेचा उल्लेखही नव्हता. सारे मुद्दे नेहमीप्रमाणे हवा, दुर्गंधी आणि मिअ‍ॅस्मा यांच्याभोवती गुंफलेले होते.

एवढे सारे होऊनही बोर्ड ऑफ हेल्थला शहाणपण यायला तयार नव्हते.

आठ सप्टेंबरला– ज्या दिवशी ब्रॉड स्ट्रीट हापशाचा दांडा तोडण्यात आला, त्या दिवशी सोहो विभागात कॉलरामुळे केवळ तीस जणांचा मृत्यू झाला होता. सात तारखेला ३२, सहा तारखेला ३७ तर पाच तारखेला ४५ जणांचा मृत्यू झाला होता. तीन व चार तारखेला ७०हून अधिक मृत्यू झाले होते, तर दोन तारखेला सर्वाधिक म्हणजे तब्बल १२७ मृत्यू झाले होते.

हळूहळू कॉलराचा आउटब्रेक आटोक्यात येत चालला होता. ब्रॉड स्ट्रीट पंप बंद झाल्याने उद्रेकाच्या नियंत्रणाला हातभार लागणार होता. बोर्ड ऑफ गार्डियन्सने हापसा जरी बंद केला तरी जॉनच्या 'कॉलरा जलजन्य आहे' या निष्कर्षाला मान्यता दिली नव्हती. पण जॉन अशा गोष्टींनी नाराज - निराश होणारा नव्हता. १८४९मध्ये त्याने कॉलरावर जो निबंध लिहिला होता त्याची सुधारित आवृत्ती प्रसिद्ध करण्याची तयारी त्याने सुरू केली. ब्रॉड स्ट्रीट उद्रेकाची सविस्तर माहिती घेऊन ती या निबंधात समाविष्ट करण्यासाठी तो पडेल ते कष्ट करत होता.

सोहो भागात कॉलरा-मृत्यूचे प्रमाण आता बरेच कमी झाले होते. उद्रेक नियंत्रणात आला होता. तरीही २९ सप्टेंबरपर्यंत एखाद-दुसरा मृत्यू होतच होता. १८५४च्या हिवाळ्यात एके दिवशी जॉनने हे सारे मृत्यू सोहो विभागाच्या नकाशावर दाखवायचे ठरवले. आज प्रत्येक उद्रेकात नित्यनेमाने वापरण्यात येणाऱ्या 'बिंदू नकाशा' अथवा 'स्पॉट मॅप'ची ती सुरुवात होती.

तेलाच्या दिव्याच्या प्रकाशात जॉनने आपल्या स्टडीरुममध्ये सोहो विभागाचे रस्ते आणि घरे दाखवणारा नकाशा पसरला होता. त्याच्यासोबत १९ ऑगस्ट ते २९ सप्टेंबर १८५४ या कालावधीत कॉलरामुळे झालेल्या मृतांची पत्त्यासह यादी होती. *विकली रिटर्न्स ऑफ बर्थ अ‍ॅण्ड डेथ्स*मधून ही माहिती मिळवली होती. त्याच प्रकारे सोहो विभागातील तिन्ही मोठ्या हॉस्पीटलमधून मृत्यूंची माहिती जॉनने मिळवली होती. मात्र हे सारे मृत्यू त्यांच्या पत्त्यानुसार नकाशात दाखवणे सोपे नव्हते.

कारण अनेकांचे पत्ते धड नव्हते, तर काही प्रेते ताब्यात घेण्यासाठी कोणीच न आल्याने त्यांच्या पत्त्याचा विचार न करता त्यांचे अंत्यविधी करण्यात आले होते.

'सोहो उद्रेकाची परिपूर्ण माहिती कदाचित कधीच मिळणं शक्य नव्हतं. या उद्रेकाच्या पुस्तकातील काही अध्याय कायमस्वरूपी अंधारात राहणार होते. पण तरीही, उपलब्ध माहितीच्या विश्लेषणाने निष्कर्षापर्यंत येण्यास काही अडचण नाही,' जॉन विचार करत होता आणि प्रत्येक मृत्यूसाठी नकाशात खूण करत होता. जे अपेक्षित होते तेच घडत होते.

सारे काळे ठिपके ब्रॉड स्ट्रीटभोवती साचले होते. या हापशाभोवती मृत्यूचे थैमान माजल्याचे नकाशा दाखवत होता. या हापशापासून जसजसे दूर जावे तसतसे मृत्यूचे ठसे विरळ होत चालले होते. नकाशात ब्रॉड स्ट्रीट पंपासोबत सोहो भागातील इतर हापसेही दाखवले होते. त्यामुळे ब्रॉड स्ट्रीट पंपाचे वेगळेपण अगदी उठून दिसत होते. पोलंड स्ट्रीटच्या दक्षिणेकडे मृत्यूचे ठिपके कमी दिसत होते. कारण या भागाची

लोकसंख्याच मुळी कमी होती. पोलंड रस्त्यावरील वर्कहाउस, लायन ब्रेवरी, पर्कशन कॅप फॅक्टरी या सगळ्या भागांची 'कॉलरा-कथा' जॉनचा नकाशा तपशीलवार सांगत होता.

ब्रॉड स्ट्रीट उद्रेकातील कॉलरा-मृत्यूचा हा नकाशा पुरेसा बोलका होता.

हा नकाशा निःसंशयपणे आपले बोट या रस्त्यावरील हापशाकडे दाखवत होता. जॉनचा हा नकाशाही ऐतिहासिक होता. तो त्याने आपल्या कॉलरावरील संशोधन निबंधाच्या सुधारित आवृत्तीत समाविष्ट केला. निबंध प्रकाशित करण्यासाठी जॉनने २०० पौंडांची पदरमोड केली. त्यामुळे त्याला २०० शिलिंगसुद्धा मिळणार नव्हते. तरीही, त्याच्याकरिता हा शोधनिबंध त्याने घेतलेल्या व्रताची सांगता होती.

ब्रॉड स्ट्रीट हापशाचा दांडा मोडला तेव्हा रेव्हरंड हेन्री व्हाइटहेडला नाही म्हटले तरी थोडे आश्चर्यच वाटले. अजूनही त्याला जॉनची वॉटर थिअरी पुरेशी पटली नव्हती. व्हाइटहेडच्या मनात मुख्यत्वे तीन शंका होत्या...

एक तर ब्रॉड स्ट्रीट हापशाचा लौकिक. दुसरे म्हणजे उद्रेकाच्या काळात या हापशाचे पाणी पिऊनही काही जणांना काहीच त्रास झाला नव्हता. दस्तुरखुद्द तोही या हापशाचे पाणी चक्क उद्रेकाच्या काळात एकदा प्यायला होता. मग त्याला कॉलरा का झाला नाही?

आणि तिसरे म्हणजे, जॉनच्या मतानुसार या हापशाच्या पाण्यात कोठूनतरी मैला मिसळला गेला असला पाहिजे. पण नोव्हेंबर महिन्यात पेविंग बोर्डाने या हापशाची आणि तिच्या खालील विहिरीची पाहणी केली. त्यात त्यांना कोठेही गळती किंवा काहीही सापडले नाही.

या पंपाजवळून जाणारे मैलामिश्रित सांडपाण्याचे भूमिगत गटारही या विहिरीच्या आठ-दहा फूट खाली होते. त्यामुळे या पंपाच्या विहिरीत कोणत्याही मैलामिश्रित सांडपाण्याचा शिरकाव होण्याची मुळीच शक्यता नव्हती.

असे सारे असताना, हा उद्रेक ब्रॉड स्ट्रीट हापशाचे पाणी दूषित झाल्यामुळे झाला, हे खरे कसे मानायचे? सर्व तपासानंतर जॉनची सारी थिअरी पूर्णपणे चुकीची आहे, असेच सिद्ध होईल, याची हेन्री व्हाइटहेडना पूर्ण खातरी होती.

ब्रॉड स्ट्रीटवरील कॉलरा-उद्रेक आता पूर्णपणे थंडावला होता, तरी त्याच्या खुणा त्या

भागावर अजूनही दिसत होत्या. जखमांचे व्रण शरीरावर दिसावेत, तसे या भागावर कॉलरा-उद्रेकाचे विद्रुप व्रण दिसत होते. साथीच्या काळात जागोजागी डकवलेली सूचनापत्रके, किराणा दुकानावर 'इथे चुनखडीची फक्की मिळेल' असे सांगणारे बोर्ड अजूनही दिसत होते. चौकांत, रस्त्यांत, दुकानांत, हॉटेलांत भेटणारे लोक अजूनही त्या कॉलरा-उद्रेकाच्या भयाण आठवणी एकमेकांना सांगून शहारून जात. आपण या उद्रेकातून थोडक्यात कसे बचावलो, हे कोणी सांगे, तर कोणी आणखी काही...! या उद्रेकात गेलेल्या आपल्या नातेवाइकांच्या, मित्रांच्या आठवणीने अनेकांचे डोळे भरून येत...!

असा उद्रेक पुन्हा कधी होऊ नये, असे साऱ्यांनाच मनोमन वाटे. म्हणूनच नोव्हेंबरच्या अखेरच्या आठवड्यात सेंट जेम्सच्या नागरी समितीने या उद्रेकाचे अन्वेषण करावयाचा निर्णय मतदानाने घेतला. कोणत्याही नागरी समितीने असे काही अन्वेषण करायला बोर्ड ऑफ हेल्थचा साफ विरोध होता. खरे तर बोर्ड ऑफ हेल्थने लोकांना दिलेल्या प्रश्नावलीतून जी माहिती समोर आली आहे, तिच्या आधारेच आपण हा अहवाल लिहू या, असा सेंट जेम्स नागरी समितीचा विचार होता. त्याकरिता ते बेंजामिन हाल याला भेटलेसुद्धा. पण बेंजामिनने आपल्याकडील माहिती, आपला अहवाल, या समितीला देण्यास नकार दिला.

ही अशी चौकशी आणि अन्वेषण जेवढे स्वतंत्र राहील तेवढे चांगले, असे आढ्यताखोर उत्तरही त्याने दिले. तरीही सेंट जेम्स नागरी समितीने हे अन्वेषण स्वबळावर करावयाचे ठरवले.

त्यांनी आपल्या अन्वेषण समितीचे सदस्य निवडले. समितीत आठ सदस्य होते. त्यात सहा डॉक्टर, तर दोन जण चर्चशी संबंधित होते. त्यात अर्थात जॉन होताच. त्याच्यासोबत आणखी एक स्थानिक डॉक्टर एडविन लँकेस्टर होता.

आणि महत्त्वाचे म्हणजे या कमिटीत रेव्हरंड हेन्री व्हाइटहेडही होता.

■

जॉनने या कमिटीसाठी आपले पुस्तक On the Mode of Communication of Cholera आवर्जून दिले. त्याने ते पुस्तक व्हाइटहेडच्या हाती दिले. रशिया, फ्रान्सपासून इंग्लंडमधील अनेक ठिकाणच्या कॉलरा-उद्रेकाची उदाहरणे या पुस्तकात तपशीलवार आणि नेमकेपणाने देण्यात आलेली होती. पुस्तकातील बहुविध पुरावे पाहून व्हाइटहेड अत्यंत प्रभावित झाला; पण त्याचे संपूर्ण मतपरिवर्तन झाले नाही.

जानेवारी १८५५पासून कमिटीने कामकाजास सुरुवात केली.

कमिटीने आपल्या इन्व्हेस्टिगेशनचा उद्देश अत्यंत व्यापक ठेवला होता – सोहोतील कॉलरा उद्रेक कशामुळे झाला?

त्यामुळे कमिटीने खूप बाबींचा बारकाईने अभ्यास केला....

उद्रेकग्रस्त भागाची भौगोलिक परिस्थिती, समुद्रसपाटीपासून उंची, मातीचा प्रकार, रस्ते, मैदाने, भूमिगत रचना, सांडपाण्याची व्यवस्था, सेसपूल इत्यादी, पाणीपुरवठा, समाजाचे अर्थशास्त्र.

कमिटीचे कामकाज सुरू होण्यापूर्वीच जॉनने आपली भूमिका स्पष्ट केली होती :

> प्रत्येक केस पंपाच्या दूषित पाण्यामुळे झाली, असे मी म्हणत नाही. माझे असे म्हणणे आहे की, कॉलरा एक प्रकारच्या विषामुळे होतो, जे प्रत्येक वेळी पाण्यामार्फतच येईल असे नाही. पूर्वीच्या पेशंटची विष्ठा-उलटी यांच्याशी संपर्क

आल्याने, पाण्याशिवायही या विषाचा प्रादुर्भाव निरोगी व्यक्तीला होऊन त्याला कॉलराची बाधा होऊ शकते. विशेषतः गोरगरीब कुटुंबात दाटीवाटी खूप असते. स्वयंपाक, जेवणे, झोपणे, सारे काही एकाच खोलीत सुरू असते, तिथे ही शक्यता अधिक आहे. त्यामुळे या भागात झालेली प्रत्येक कॉलरा-केस ही ब्रॉड स्ट्रीट हापशामुळे झालेली नसली, तरी या उद्रेकाची सुरुवात, व्याप्ती अणि तीव्रता वाढवण्यात या हापशाचा मोठा वाटा आहे.

कमिटीचे काम सुरू झाले. सदस्य वेगवेगळ्या भागांत जात होते, माहिती घेत होते.

कमिटी आणि विशेषतः व्हाइटहेड, जॉनला चुकीचे ठरवण्यासाठी उत्सुक होते. पण त्यांच्या हातात जी माहिती पडत होती, ती ब्रॉड स्ट्रीटवरील हापशालाच गुन्हेगार ठरवत होती.

कमिटीला हळूहळू जॉनचे म्हणणे पटू लागले होते.

व्हाइटहेडच्या मनात प्रश्न एकच होता....

३१ ऑगस्ट ते ३ सप्टेंबर हे या उद्रेकाचे सर्वात वाईट दिवस होते. या दिवशी अधिकाधिक मृत्यू झाले होते.

कॉलराचा अधिशयन कालावधी (मनुष्याच्या शरीरात रोगजंतूने प्रवेश केल्यापासून रोगाची लक्षणे दिसू लागणे यातील कालावधी) काही तास ते तीन दिवसांपर्यंतचा आहे, हे लक्षात घेतले तर ब्रॉड स्ट्रीट हापशाचे पाणी साधारणपणे २८-२९ तारखेला दूषित झाले असावे.

पण ते कसे झाले असावे?

आणि तीन तारखेनंतर जरी रुग्ण आढळत होते, तरी निश्चितपणे त्यांचे प्रमाण कमी-कमी होत चाललेले दिसते; हे कसे काय?

३१ ऑगस्टपूर्वीचे कॉलरा-मृत्यू शोधण्यासाठी व्हाइटहेडने साप्ताहिक जन्म-मृत्यू अहवाल पुनःपुन्हा चाळायला सुरुवात केली. त्याला जणू व्यसनच लागले होते. चर्चमधील काम आटोपले की तो रजिस्ट्रार जनरलच्या कार्यालयात जाऊन बसे आणि साप्ताहिक अहवाल चाळायला सुरुवात करी. ३१ ऑगस्टपूर्वी केवळ दोनच मृत्यू झालेले त्याला आढळले.

एक १२ ऑगस्टचा होता, तर दुसरा ३० ऑगस्टचा... पण हे दोन्ही मृत्यू ब्रॉड

स्ट्रीट हापशापासून दूर होते. यांच्यामुळे या हापशाचे पाणी दूषित कसे होणार?

'जणू माझे पाणी दूषित कोणी केले,' हा एकच प्रश्न घेऊन व्हाइटहेड चालत होता, बोलत होता, झोपत होता.

३ एप्रिल १८५५....

नेहमीप्रमाणे वेळ मिळाला म्हणून व्हाइटहेड रजिस्ट्रार जनरलच्या कार्यालयात बसला होता. त्याच्यासमोर विकली रिपोर्ट होता. चाळता-चाळता अचानक त्याचे लक्ष एका नोंदीकडे गेले....

'४०, ब्रॉड स्ट्रीट येथे, २ सप्टेंबरला पाच महिन्यांच्या एका मुलीचा मृत्यू झाला. मृत्यूपूर्वी चार दिवस ती कॉलराने आजारी होती.'

ही नोंद स्वतः व्हाइटहेडने आधी नक्कीच पाहिली असणार. जॉननेसुद्धा पाहिली असणार.

पण त्या वेळी कुणाच्याच कसे लक्षात आले नाही?

ज्या अर्थी ही मुलगी २ सप्टेंबरला गेली आणि त्यापूर्वी चार दिवस ती कॉलराने आजारी होती म्हणजे ती २९ तारखेपासून आजारी होती.

आणि सगळ्यात महत्त्वाचे म्हणजे....

४०, ब्रॉड स्ट्रीट म्हणजे अगदी ब्रॉड स्ट्रीट हापशासमोरचे घर...!

व्हाइटहेड धावतच ब्रॉड स्ट्रीटला पोहोचला. त्याने ४०, ब्रॉड स्ट्रीट गाठले. घराच्या बैठकीच्या खोलीत या दुर्दैवी मुलीची आई राहत होती – साराह् लेविस!

व्हाइटहेडने तिच्यावर प्रश्नांचा भडीमार केला.

साराह् लेविसने त्याला सारी परिस्थिती समजावून सांगितली. माझी मुलगी फ्रान्सिस २८ ऑगस्टला सकाळीच आजारी पडली. सुरुवातीला तिला मोठ्या प्रमाणावर जुलाब होत होते. दर वेळी माझा तो मोठा नॅपकिन भरायचा. ३० तारखेनंतर प्रमाण कमी झाले. आणि २ सप्टेंबरला तर ती गेलीच....

साराह्ने आपले डोळे टिपले.

"पण तू मुलीचे कपडे कोठे धुवायचीस?" व्हाइटहेडनी विचारले.

"मी या बादलीत पाणी घेऊन लगेच ते नॅपकीन पिळून घेत असे. कारण तिला सारखे नॅपकीन लागत." साराह् सांगत होती.

"आणि बादलीतील नॅपकीन धुतलेले पाणी?"

"मी ते घरासमोरच्या सेसपूलकडे जाणाऱ्या ड्रेनेजमध्ये ओतून द्यायची." साराह् अगदी सहज बोलली.

"सेसपूल...!!" व्हाइटहेड चमकलाच.

इथे सेसपूल आहे? त्याच्या माहितीनुसार शहरातील सारे सेसपूल नष्ट करण्यात आले होते. पण इथे एक सेसपूल होता.

व्हाइटहेडने पाहिले, हा सेसपूल हातपंपापासून अवघ्या दोन-अडीच फुटांवर होता.

पेशंट झिरो अर्थात इंडेक्स केस सापडली होती.

व्हाइटहेड ताबडतोब कमिटीकडे गेला आणि त्याने सारी माहिती कमिटीला दिली. कमिटीने ताबडतोब पुन्हा हापशाची पाहणी करण्याचे ठरवले.

या वेळी केवळ हातपंपाखालील विहीरच नव्हे, तर घरातून येणारा मैला, सेसपूल, पंपाखालील विहीर या साऱ्यांची पाहणी करण्याचे ठरले.

सारे उखणले गेले... आणि इतके दिवस लपलेले सत्य सगळ्यांसमोर आले.

ड्रेनेज तर गळत होताच; पण सेसपुलाचे बांधकाम खराब झाले होते. त्याच्या विटा निसटल्या होत्या. बांधकाम कुजले होते. त्यातून मैलामिश्रित पाणी पाझरत होते आणि या ड्रेनेजच्या आणि सेसपुलाच्या बरोबर खाली हातपंपाची विहीर होती... अवघ्या दोन-अडीच फुटांवर.

या लिकेजमुळे मैलामिश्रित पाणी थेट त्या विहिरीत पडत होते. विहीर म्हणजे एक सेसपूल (भूमिगत विष्ठेची टाकी) झाली होती.

ब्रॉड स्ट्रीट हातपंप हाच कॉलरा उद्रेकाला कारणीभूत होता, हे सप्रमाण सिद्ध झाले होते.

साराह् लेविससोबत बोलता-बोलता आणखीन एक बाब स्पष्ट झाली होती. साराह्चा नवरा; फ्रान्सिसचे वडील थॉमस लेविससुद्धा या कॉलरा उद्रेकात मरण पावले होते, पण त्यांना कॉलराची सुरुवात झाली होती, ८ सप्टेंबरला!

ते तब्बल ११ दिवस कॉलराशी झगडत होते. अखेरीस १९ सप्टेंबरला त्यांचा मृत्यू झाला. त्यांचेही कॉलराच्या उलटी-जुलाबाने खराब झालेले कपडे साराह् याच पद्धतीने धूत होती.

सुदैवाने ८ सप्टेंबरला जॉनची विनंती मान्य करून बोर्ड ऑफ गार्डियन्सने ब्रॉड स्ट्रीटवरील हापशाचा दांडा मोडला होता. अन्यथा...

...अन्यथा काय झाले असते? या कल्पनेनेच व्हाइटहेडच्या अंगावर काटा आला.

म्हणजे जॉनच्या शहाणपणाने केवळ पहिला उद्रेक आटोक्यात आणला नाही; तर दुसरा भयप्रद संभाव्य उद्रेकदेखील रोखला.

सेंट जेम्स नागरी समितीने अखेरीस जॉनच्या थिअरीवर शिक्कामोर्तब केले.

ब्रॉड स्ट्रीट भागातील कॉलरा-उद्रेक या हातपंपाच्या दूषित पाण्यामुळे झाला असावा, असे मत आपल्या अहवालात व्यक्त केले.

विशेष म्हणजे, एक नागरी समिती एका वैद्यकीय सत्याचे दर्शन घेत असताना बेंजामिन हाल यांची बोर्ड ऑफ हेल्थची त्रिसदस्यीय समिती अजूनही मिॲस्मा रागच आळवत होती.

पूर्वग्रहांच्या काळ्याकुट्ट ढगांमुळे सत्याचा सूर्य तरी कसा दिसणार?

बेंजामिनच्या समितीलाही तो दिसला नाही, यात नवल ते काय?

व्हाइटहेडने जॉनला घट्ट मिठी मारली.

"डॉक्टर, यू हॅव डन फंटास्टिक जॉब. यू आर रिअली द ग्रेट बेनेफॅक्टर टू ह्युमन रेस...!"

जॉन क्षणभर शांत राहिला. व्हाइटहेडची मिठी त्याला खूप आश्वासक वाटली.

एक नवी गोष्ट गवसते तेव्हा त्यात किती जणांचा वाटा असतो. 'आफ्टर ऑल इट इज टीम वर्क', त्याला वाटून गेले.

जॉनने व्हाइटहेडकडे अत्यंत स्निग्धतेने पाहिले आणि म्हणाला, "आपण दोघेही उद्याचा तो दिवस पाहायला नसू आणि माझे नाव तर कदाचित विस्मरणातही गेलेले असेल. पण असाही काळ येईल, जेव्हा कॉलराचे असले भयंकर उद्रेक इतिहासजमा होतील, आणि कॉलरा कसा पसरतो याबद्दलचे ज्ञानच हे उद्रेक नाहीसे करेल.

'हा डॉक्टर आहे की प्रॉफेट?' व्हाइटहेड वेड्यासारखा जॉनकडे पाहत होता.

त्याच्या डोळ्यांत अश्रू तरळले होते.

■

"कुलकर्णीकाका, हा कॉलराचा जीवाणू कसा दिसतो, ते दाखवा ना आम्हांला!" प्रयोगशाळेत शिरल्या-शिरल्या मुलांनी एकच हंगामा सुरू केला.

"अरे, हो! दाखवतो... दाखवतो... थोडा धीर तर धराल?" कुलकर्णी मुलांच्या उत्साहाला आवर घालत म्हणाले.

"नाही... नाही काका, मला आधी हे सांगा. कॉलराचा जीवाणू शोधण्याकरिता तुम्ही कोणते सॅम्पल घेता? कसे घेता?" आता संघा सुरू झाली होती.

"अरे, हो... ऐका सांगतो. अरे, मुलं आहात की लसिथ मलिंगा... बॉल नीट कळू तरी द्या बाबा हो!" कुलकर्णी मुलांच्या प्रश्नांनी भांबावून गेले.

"आपण कॉलराचा जीवाणू वेगळा करण्यासाठी आजारी व्यक्तीचा शौच-नमुना घेतो."

"शौच? स्टूल सॅम्पल यू मीन टू से..."

"येस... आणि हे स्टूल सॅम्पल आपण एका मेडियात घेतो."

"मेडिया?"

"हो, मेडिया! म्हणजे त्या-त्या जीवाणूच्या गुणधर्मानुसार त्याच्या वाढीसाठी पोषकद्रव्ये या मेडियात असतात. असे अनेक मेडिया वेगवेगळ्या शास्त्रज्ञांनी विकसित केलेले आहेत. जसे कॉलराकरिता आपण कॅरी ब्लेअर मेडिया वापरतो."

"ओ आय सी!"

"मग आपण हा मेडिया विशिष्ट तापमानाला ठेवतो. कॉलराचे जंतू १८ ते २४ तासांत वाढतात. त्याला आपण कॉलनी म्हणतो."

"ओऽऽ जीवाणूंची वस्ती!" संघा ओरडली.

"आणि मग त्या कॉलनीतील काही भाग खरवडून आपण तो सूक्ष्मदर्शकाखाली पाहतो." असे म्हणत कुलकर्णींनी त्यांच्या समोरील सूक्ष्मदर्शक अॅडजस्ट केले.

"बघू, बघू!" म्हणत संघा त्या सूक्ष्मदर्शकावर झुकली.

"काका, हे सगळे कॉमा... कॉमा... कॉमा... काय दिसताहेत?

"अरे, तेच तर कॉलराचे जीवाणू आहेत. दे आर कॉमा शेप्ड. स्वल्पविरामासारखे दिसतात ते...!"

"अरे बापरे! किती स्वल्पविराम हे, स्वल्पविराम एक, स्वल्पविराम दोन, स्वल्पविराम तीन... आणखी एक स्वल्पविराम...! स्वल्पविराम इनफायनाईट."

शंतनुने कॉलरा-दर्शन घेतले. आणि त्याची अवस्था विश्वदर्शन घेतलेल्या अर्जुनासारखी झाली होती.

"केवळ संख्येच्या भाषेत बोलायचं म्हटलं तरी जीवाणू हे पृथ्वीतलावरील सर्वात यशस्वी जीव आहेत. लक्षात घ्या, आपल्या त्वचेवरील अवघ्या एक स्क्वेअर सेंटीमीटर क्षेत्रात एक लाख जीवाणू असतात. आपण 'एज ऑफ डायनासोर्स', 'एज ऑफ एप मॅन' अशा वल्गना करतो. पण या पृथ्वीतलावर पहिल्यापासून केवळ जीवाणूंचंच राज्य आहे, हे आपण विसरतो." कुलकर्णीकाकांचा बॅक्टेरिओलॉजीचा क्लास सुरू झाला होता.

"आणि... अरे, किती वैविध्यपूर्ण आहे, या बॅक्टेरियांची म्हणजे जीवाणूंची जगण्याची तऱ्हा! माणसापासून देवमाशापर्यंत, वेगवेगळ्या वनस्पतींपर्यंत जगण्याच्या पद्धतीच्या मुळाशी केवळ दोनच मूलभूत गोष्टी आहेत– प्रकाशसंश्लेषण आणि प्राणवायूच्या उपस्थितीतील श्वसन म्हणजेच एरोबिक रेस्पिरेशन. पण जीवाणूंकडे पाहा. काय केलं नाही त्यांनी... हवेतील नायट्रोजन शोषून घेणं, सल्फरमधून ऊर्जा मिळवणं, खोल समुद्राच्या तळाशी ज्वालामुखीजवळ उकळत्या पाण्यात जिवंत राहणं, मानवी आतड्यात ई. कोलाय जीवाणूंप्रमाणे लक्षावधींनी वस्ती करणं, काय वाट्टेल ते. जीवाणूंनी केलेल्या चयापचयक्रियेतील नावीन्यपूर्ण गोष्टींमुळेच आपल्याला श्वसनासाठी हवा मिळू शकते. त्या ऊर्जेचे भांडार तर आहेतच; पण या प्लॅनेटवरील रिसायकलिंग करणारे महत्त्वपूर्ण जीव आहेत. एखाद्या साथीत या पृथ्वीतलावरील अवघी मानवजात जरी नाहीशी झाली, तर इथल्या जीवसृष्टीला काहीही धोका

पोहोचणार नाही. पण जर इथले सारे जीवाणू नाहीसे झाले तर काही वर्षांत इथली अवघी जीवसृष्टी नाहीशी होईल.'' कुलकर्णी आकाशवाणी झाल्यासारखे बोलत होते.

आणि शंतनु... अजूनही त्या सूक्ष्मदर्शकाखाली दिसणाऱ्या स्वल्पविरामात अडकला होता.

'प्रत्येक नवा शोध, प्रत्येक नवं ज्ञान म्हणजे एक स्वल्पविरामच असतो. ज्ञानाच्या, विज्ञानाच्या क्षेत्रात पूर्णविराम नसतोच जणू...! कॉलरा उमगला, तर इबोला अजून उमजतो आहे.' शंतनूचे इवले डोके विचारांनी व्यापून गेले होते.

''स्वल्पविराम... आणखी एक स्वल्पविराम...!''

''एवढासा स्वल्पविराम... अ टायनी कॉमा...! आणि त्याने कधी काळी जगभर एवढा हाहाकार माजवला. अनबिलिवेबल...! याचं अस्तित्व सिद्ध करण्यासाठी बिचाऱ्या जॉनला आकाशपाताळ एक करावं लागलं. त्या वेळी हा सापडला असता तर एवढे मृत्यू झाले नसते.'' शंतनुला किती बोलू आणि किती नको असे झाले होते.

''खरे तर ज्या वर्षी ब्रॉड स्ट्रीट भागात कॉलराचा उद्रेक झाला. त्याच वर्षी हा जीवाणू सापडला होता. पण...'' कुलकर्णी म्हणाले.

''काय सांगता, काका?''

''येस... इटलीतील पॅसिनी या शास्त्रज्ञानं याला शोधलं होतं. पण पॅसिनीचं सारं संशोधन इटालियन भाषेत असल्यानं ते जगाला कळलंच नाही. आणि मग १८८३पर्यंत वाट पाहावी लागली, जेव्हा जर्मन शास्त्रज्ञ रॉबर्ट कॉक्सनं याला शोधलं. आणि त्या वेळी जॉन स्नो काय सांगत होता ते जगाला नीट कळलं. तोपर्यंत एखादा व्हाइटहेड बाकी सगळे बेंजामिन हाल...!!!'' कुलकर्णी कपाळाला हात लावत म्हणाले, ''त्यांचेही हाल आणि आपलेही हाल...''

कुलकर्णीकाकांच्या कोटीला हात जोडत शंतनुने कोटी कोटी प्रणाम केले.

''आणि तुला सांगू... अरे, एखादा कॉलरा-जीवाणू पोटात गेला म्हणून लगेच काही आपल्याला कॉलरा होत नाही बरं! तो एकटा अगदीच निरुपद्रवी असतो.''

''मग?''

''अरे, किमान दहा लक्ष ते एक कोटी जीवाणू पोटात गेले तरच कॉलरा होतो.''

''काका, काहीतरीच! म्हणजे व्हिब्रिओ कॉलराचं मुंबईसारखं एक महानगरच पोटात जायला पाहिजे, कॉलरा होण्यासाठी. कसं शक्य आहे ते?'' संघा पाण्याचा

ग्लास तोंडाला लावत म्हणाली.

''या ग्लासभर पाण्यात दहा कोटी कॉलरा जीवाणू मावतात.'' कुलकर्णीकाकांच्या या वाक्याने संघा एकदम घाबरली. तिने तोंडाला लावलेला ग्लास खाली ठेवला.

''काका, पण 'कॉलरा' या शब्दाचा नेमका अर्थ काय?'' शंतनुने विचारले.

'''कॉलरा' या ग्रीक शब्दाचा अर्थ 'रूफ गटर' असा होतो. म्हणजे आपलं पन्हाळ! पावसाळ्यात आपल्या छतावरील पन्हाळातून ज्या वेगानं पाणी पडतं, तशीच अवस्था कॉलरामध्ये मानवी आतड्याची होते. खूप मोठ्या प्रमाणावर जुलाब होऊ लागतात.''

तेवढ्यात कुलकर्णीकाकांचा मोबाईल वाजला.

कुलकर्णींनी तोंडावर बोट ठेवत फोन उचलला.

''डॉ. खरातांचा फोन...!'' असे म्हणत ते बाहेर गेले.

''जॉन स्नो, हेन्री व्हाइटहेड, पॅसिनी, रॉबर्ट कॉक्स... माय गॉड... एक छोटी गोष्ट शोधण्यासाठी किती लोक आणि किती पिरियड लागतो नाही!!'' शंतनु अजूनही विश्वदर्शनाच्या धक्क्यातून बाहेर आला नव्हता. ''कधी काळी हिंस्र प्राण्यासारखा वाटणारा कॉलरा आज पाळीव प्राण्यासारखा शांत झाला आहे. असे छोटेमोठे उद्रेक होतात; पण पूर्वीचे भयंकर रूप उरले नाही. जॉन स्नोची भविष्यवाणी खरी झाली, नाही का?''

''आता तर अ‍ॅण्टीबायोटिक्स आहेत, लस आहे आणि सर्वात महत्त्वाचं म्हणजे कॉलरा कसा पसरतो, याचं ज्ञानही आहे.'' संघा बोलत होती.

तेवढ्यात शंतनुचे लक्ष पलीकडच्या टेबलवर पडलेल्या इंग्लिश पेपरकडे गेले.

''संघा, ते बघ काय?'' संघाने इकडेतिकडे पाहिले आणि म्हटले, ''कुठं काय? उगीच मला गंडवू नकोस.''

''अरे, नीट पाहा. त्या पलीकडल्या टेबलवर...!'' शंतनुने खुणावले.

आता संघाचे नेमके लक्ष त्या पेपरवर गेले.

''ओ माय गॉड... गुरुजी...!'' ती धावतच गेली आणि तिने तो पेपर घेतला. ते *दैनिक हिंदू*चे जुने पान होते. आणि त्यावर संघा ज्या कथक गुरूंना प्रचंड मानायची त्यांचा फोटो छापला होता. त्यांच्या बंगळुरुच्या कार्यक्रमाची बातमी होती आणि सोबत त्यांची मनोहर गिरकी...!

“वाव दद्दू, आय लव यू... गुरुजींचा किती छान फोटो आलाय यात. आय विल पेस्ट इट इन माय स्टडीरुम..!” संघा एकदम खूश झाली होती.

“अगं, पण हा पेपर लॅबमधील आहे. काकांची परवानगी तरी घे... पेपर घेताना...”

संघाने पेपरकडे बारकाईने पाहिले आणि मोठ्याने ओरडली, “अरे, ट्वेंटीथ फेब... अकरा दिवसांपूर्वीच्या जुन्या पेपरचे रद्दी पान आहे. काकांच्या लॅबला कशाला हवं असणार ते?”

“अरे, घेऊन टाक ते पान तुला. नाहीतरी आमच्या लॅबमधील रद्दी घालायला आम्हांला वेळ नाही.” कुलकर्णीकाका आत येता-येता म्हणाले.

संघाने पडत्या फळाची आज्ञा लगेच पाळली.

“आणि हो... डॉ. खरातांचा फोन होता. तुम्हां दोघांना ताबडतोब मालतीमावशीच्या घरी बोलावलं आहे त्यांनी... तेही लगेच पोहोचताहेत...”

मुलं रिक्षाने मालतीमावशीच्या घरी निघाली. वाटेत संघा *हिंदू*च्या पानावरील तिच्या लाडक्या गुरुजींची नृत्यमुद्रा पाहण्यात गर्क होती.

एकदम शंतनुचे लक्ष पेपरच्या मागील बाजूकडे गेले.

“संघा, एक मिनिट. पेपर बघू जरा.”

“ए, जा रे दादा, तुला कशाला हवं आहे हे पान?” संघाने नेहमीप्रमाणे नाक मुरडले.

“अगं, फक्त एक मिनिट... एक बातमी आहे. ती वाचतो.” असे म्हणत त्याने ते पान संघाच्या हातातून जवळजवळ ओढलेच.

Cholera Outbreak in Twin Villages of North Karnataka

कर्नाटकातल्या विजापूर जिल्ह्यातील मुद्देबिहाळ तालुक्यातील तालीकोटी आणि हर्नाळ या दोन शेजारच्या गावांमध्ये झालेल्या कॉलरा-उद्रेकाची बातमी होती ती...! तालीकोटी गावात १०१, तर हर्नाळ गावात २०० कॉलरा-रुग्ण आढळले होते. पण कोणाचाही मृत्यू झाला नव्हता. आरोग्यखाते करत असलेल्या उपाययोजनांची माहिती देण्यात आली होती.

“तालीकोटी... तालीकोटी...!” शंतनु स्वतःच्या हाताची टाळी वाजवत तो शब्द एखाद्या गाण्यासारखा स्वतःशी म्हणत राहिला.

"दद्दू..., आर यू ओके...! नाही म्हटलं... बरा आहेस ना तू...!" संघाने त्याच्या डोक्यावरून हात फिरवत म्हटले.

"संघा, ही बातमी वाच...."

संघाने ती बातमी वाचली. डोळे मिचकावत शंतनु म्हणाला, "तालीकोटी... डोण्ट यू थिंक... आपण हे नाव आजच आणखी कुठंतरी वाचलं आहे? कुठं? मला... हे नाव वाचल्यासारखं का वाटत आहे?"

"येस... पण कुठं?"

तालीकोटी... तालीकोटी... पण टाळी कुठेच वाजत नव्हती. फाईल ओपन होत नव्हती. सिस्टिम हँग झाली होती.

"जस्ट प्रेस 'रिफ्रेश' बटन अॅण्ड वेट!" शंतनु म्हणाला.

"हाउ वॉज युवर मीटिंग विथ कमिशनर?" शंतनुने रात्री मालतीमावशीकडे जेवताना डॉ. खरातांना विचारले.

"गुड वन...! पण त्यांचं म्हणणं, 'तुम्ही सांगता ते लिकेज खूप दिवसांपासून आहे. पण तरीही आजवर कधी कॉलराची साथ आली नाही. आताच कशी आली?' मी म्हटलं, 'सर इट इज जस्ट मॅटर ऑफ फिकल कंटामिनेशन बाय कॉलरा पेशंट.' कॉलरा झालेला एखादा रुग्ण त्या डबक्याच्या कडेला शौचाला बसला की झालं! साथ सुरू व्हायला, असा कितीसा वेळ लागतो?"

"मग काय म्हणणं पडलं त्यांचं?"

"सोलापुरात १९९०पासून कॉलराची एकही साथ आलेली नाही. आता ही पहिली केस कुठून आली? हू हॅज कंटामिनेटेड माय वॉटर? या आउटब्रेकचं नेमकं कारण शोधण्यासाठी ते आग्रही आहेत."

"ओ... ही वॉण्ट्स टू फाइंड आउट... हू इज हिज फ्रान्सिस लेविस? पेशंट झिरो कोण?" शंतनु एकदम म्हणाला.

"ओ येस... टाळी वाजली दद्दू...!" संघा एकदम मोठ्याने ओरडली आणि जेवता-जेवता उठली आणि पॉप्सचा लॅपी घेऊन आली.

"अग बाई, संघा आधी नीट जेवून तरी घे...!" मालतीमावशी म्हणाली.

"जस्ट चेक मी, माय डिअर मावशी...!

तिने आपला मोबाईल लॅपीला जोडला आणि काहीतरी पाहू लागली. काही मिनिटांतच ती जवळपास ओरडलीच, ''युरेकाऽऽ येस्स आय ॲम राईट...!''

''अरे, काय चाललंय तुमचं कळेल का मला?'' खरात रागात म्हणाले.

''पॉप्स, अरे रागवायला काय झालं? इट इज अवर सिक्रेट. विल लेट यू नो ॲट अप्रोप्रिएट टाईम...'' संघा म्हणाली.

''उगीच गोंधळ घालू नका. आज तुमच्यामुळे डायरेक्टर रागावले मला!'' खरात नाराज होत म्हणाले.

''आमच्यामुळे...? का?''

''अरे, म्हणे, अशा साथीच्या वेळी तुम्ही मुलांना घेऊन फिल्ड व्हिजिट करणं बरोबर नाही. यू आर सिनिअर ऑफिसर. यू शुड अंडरस्टॅण्ड...!''

मुलं एकदम खट्टू झाली.

पण मुलांचा मूड म्हणजे ऊनसावल्यांच्या खेळासारखा. जेवण झाल्यावर शंतनु संघाला म्हणाला, ''अरे, टाळी कशी वाजली?''

संघाने काही न बोलता लॅपटॉप उघडला. ती त्याला फोटो दाखवू लागली. त्यातले दोन फोटो आज दुपारचे होते. त्या शाळेमागे लिकेजमुळे साचलेल्या डबक्याचा आणि शाळेच्या परिसराचा एक फोटो होता. संघाने तो फोटो झूम केला.

त्यांनी दुपारी शाळेच्या इमारतीवर पाहिलेला शुभविवाहाचा बोर्ड आत ठळक दिसत होता.

■

पाटील-नाडहल्ली (तालीकोटी) शुभविवाह

दिनांक २१ फेब्रुवारी २०१०

याचा अर्थ, नाडहल्ली कुटुंब तालीकोटी गावचे असावे का? दोघेही विचारात पडले. नक्कीच...! आणि *हिंदू*ची बातमी आहे २० फेब्रुवारीची – तालीकोटी आणि हर्नाळ या गावात कॉलरा-उद्रेक झाल्याची. म्हणजे त्या दिवशी लग्नाला आलेल्या वऱ्हाडीमंडळींपैकी कोणीतरी कॉलराचा जीवाणू आपल्या शौचातून त्या डबक्यात सोडला होता आणि...

नक्की नाही; पण एक शक्यता तर आहेच...!

शंतनुचे आणि संघाचे विचारचक्र वेगात फिरू लागले. जॉन स्नो आणि हेन्री व्हाइटहेड जणू त्यांच्यात संचारले होते.

पण खरेच असे झाले होते का?

शाळेत या विवाह-समारंभाबाबत चौकशी करायला हवी. कारण शाळेने आपली इमारत या लग्नासाठी देऊ केली होती.

या शाळेचे मुख्याध्यापक कोण आहेत?... शंतनुला आठवले, मालतीमावशीच्या शेजारी राहणारे सय्यद महानगरपालिकेत शिक्षक होते. त्यांना माहीत असतील ते मुख्याध्यापक.

बघू या! चौकशी तर करू या!

ते दोघे बाहेर निघाले.

"अरे, रात्रीचं कुठं चाललात?" खरातांनी विचारले.

"काही नाही. थोडं फिरून येतो."

"आणि हे बघा, मला उद्या इंडेक्स केस शोधण्यासाठी थोडं थांबावं लागेल. कमिशनरांना मला

काहीतरी पटण्याजोगं उत्तर द्यावंच लागेल. उद्या मी तुम्हांला घेऊन जाणार नाही फिल्डवर... उगीच नको त्या कारणांसाठी सिनिअर्सची बोलणी खायला नकोत.'' खरातांनी त्यांना समजावले, खरे म्हणजे ठणकावले.

शंतनु आणि संघा एकमेकांकडे पाहून हसले.

''यू नो, पॉप्स इज गुड पर्सन.. बट समटाइम्स ही गिव्ह्ज टू मच इम्पॉर्टन्स टू सिनिअर्स...! ही इज टू ओबिडियंट यार...!'' संघा आजीबाईसारखी म्हणाली.

'ओल्ड फॅशन्ड पर्सन...' शंतनुने आणि संघाने पॉप्सला मनातल्या मनात माफ करून टाकले.

आणि ते दोघे सय्यदसरांच्या घराकडे निघाले.

सय्यदसरांनी त्यांचे मनापासून स्वागत केले.

शास्त्रीनगरच्या शाळेचे मुख्याध्यापक सय्यदसरांचे मित्रच निघाले. रमेश भुसानूर त्यांचे नाव. पण मुलांना त्यांचा मोबाईल नंबर कशाला हवा आहे, हे काही केल्या सय्यदसरांना कळेना.

शंतनुने संघाला खुणावले. अखेर माहिती उघड केल्याशिवाय पुढील मदत मिळणार नाही, हे लक्षात घेऊन आजीबाईंनी शंतनुला ग्रीन सिग्नल दिला. मग शंतनुने त्यांना सारे काही सविस्तर सांगितले. कॉलरा-उद्रेकाचे नाव ऐकताच सय्यदसरांचा जावेद बाहेर आला. जावेद सय्यद २२-२३ वर्षांचा तरुण होता. तो सोलापुरातल्या एका स्थानिक दैनिकात रिपोर्टर होता. मुलं काहीतरी इंटरेस्टिंग बोलताहेत, हे त्याच्या लक्षात आले.

''फ्रेण्डसऽऽ व्हाय टू कॉल... आपण स्वतःच जाऊ भुसानूर सरांकडे...!''

जावेदने कार काढली आणि हे त्रिकूट आपल्या मोहिमेवर निघाले.

भुसानूरसरांनी सांगितले, ''अरे, माझ्या पाटील नावाच्या मित्राच्या मुलीचं लग्न होतं त्या दिवशी. त्याला कार्यालय मिळायला अडचण आली, म्हणून आम्ही आमची शाळा दिली कार्यासाठी...! मुलगा तालीकोटी गावचा आहे, ही गोष्ट खरी! पण तो पुण्यातच कोणत्यातरी खासगी कंपनीत नोकरीला असतो. त्यामुळे तुम्ही म्हणता तसा त्याचा आणि गावचा संबंध नावापुरताच...!

''पण सर... आम्ही तुमच्या मित्राशी बोललं तर काही हरकत?'' शंतनु अदबीने म्हणाला.

‘‘हरकत कसली रे त्यात! इथंच तर राहतंय ते... आत्ता बोलावतो त्येला!’’ भुसानूरसर एकदम सोलापुरी लहेजात म्हणाले.

‘‘मुलांनी एकदम बरोबर माग काढलाय, मास्तर.’’ पाटील म्हणाले, ‘‘पण मी काय लपवलो नव्हतो ते. वऱ्हाड २० तारखेला आलं ना मास्तर... त्या दिवसापासून नवऱ्या मुलाच्या गावाकडल्या एका दोस्ताला... राजू नाव त्याचं... होय..। राजू अलगूर.. त्येला उलट्या-जुलाबाचा त्रास होत होता.’’

‘‘नवऱ्या मुलाचा हा मित्र राजू अलगूर शाळेतच झोपायला होता?’’ संघाने डिटेक्टिव्ह स्टाईलमध्ये विचारले.

‘‘होय रे पोरांनो... आरं, मी गरीब माणूस... सगळ्या वऱ्हाडाला लॉजवर थोडंच ठेवणार?’’

शाळेत शौचालयाची व्यवस्था नव्हतीच. त्यामुळे शाळेमागच्या डबक्याच्या कडेला उघड्यावर शौचाला बसण्याशिवाय वऱ्हाडातल्या पुरुषमंडळींना तरी पर्याय नव्हता. फक्त बायकांसाठी शेजारी असलेल्या धर्मशाळेत व्यवस्था करण्यात आली होती. तिथे शौचालयाची व्यवस्था होती.

‘‘या मित्राला इथं कुठल्या डॉक्टरांना दाखवलं होतं का?’’ शंतनुचा प्रश्न.

‘‘तर हो, इकडं लग्नाची धांदल चालली आन् या राजूला दवाखान्यात घेऊन जावं लागलं ना आदल्या दिवशी!’’ पाटलांनी सांगितले.

आणि डिटेक्टिव्हमंडळी लगेच डॉ. शेतसंधीच्या दवाखान्यात पोहोचली.

डॉक्टरांना राजू अलगूरची केस व्यवस्थित आठवत होती. आणि विशेष म्हणजे त्यांच्याकडे त्याचे केसपेपरही होते.

‘‘कॉलराचीच केस होती ती... राईस वॉटर स्टूल... सकाळपासून त्याला जुलाब होत होते. मी त्याला त्या दिवशी चार सलाईन लावले. टेट्रा सुरू केले. रात्री उशिरा जुलाबाचं प्रमाण कमी झाल्यावर पेशंटला सोडला मी. लग्न लागल्यावर मला भेटून गेला तो. म्हणाला, ‘आता चांगला फरक आहे. तरी वऱ्हाडाच्या ठिकाणी गेल्यावर रात्रीतून तीन जुलाब झाले. पण सकाळपासून चांगलाच फरक पडला.’’’ शेतसंधी डॉक्टरांनी सगळी केस-हिस्ट्री सांगितली.

त्रिकूट डॉक्टरांकडून बाहेर पडले तेव्हा संघा अलमोस्ट ओरडलीच, ‘‘येस्स...

वुई हॅव फाउंड अवर पेशंट झिरो... इंडेक्स केस...!"

मुलं जाम खूश होती.

जावेद सय्यद आनंदित झाला होता. त्याला ब्रेकिंग न्यूज मिळाली होती. उद्या केवळ त्याच्याच पेपरमध्ये ही जबरदस्त बातमी येणार होती. करिअरच्या सुरुवातीला अशी बातमी चालत आपल्याकडे येणे म्हणजे काय! त्याची जणू लॉटरीच लागली होती.

रात्री घरी पोहोचायला उशीर झाला म्हणून खरातांनी मुलांना चांगलेच फैलावर घेतले. 'पुण्यात असल्यासारखे वागू नका' वगैरे बोलून झाले आणि 'उद्या फिल्डवर यायचं नाही.' हेही बजावले.

मुलांनी शांतपणे ऐकून घेतले. आणि एकमेकांकडे बघत खुसुखुसु हसत राहिली.

'आगे आगे देखो होता है क्या?' संघा हळूच पुटपुटली. पण शंतनुने तिच्या ओठांवर बोट ठेवले आणि खरातांना काहीच कळले नाही.

दुसऱ्या दिवशी सकाळी साडेसहालाच डॉ. खरातांचा मोबाईल खणखणला.

डॉ. खरातांनी स्क्रीनकडे पाहिले... कमिशनर सोलापूर.

अंगावरील सोलापुरी चादर बाजूला फेकत त्यांनी मोबाईल उचलला. इतक्या सकाळी-सकाळी कमिशनरांचा फोन?... काय वाढून ठेवलंय कोण जाणे?... अजून एखादी डेथ झाली की काय?... फोन रिसिव्ह करेपर्यंत असंख्य विचार डॉ. खरातांच्या मनात येऊन गेले.

"कॉंग्रॅच्युलेशन, डॉ. खरात!!"

"सर...?" डॉ. खरात पुरते भांबावले होते. एकतर ते नुकतेच झोपेतून उठले होते. आणि सोलापूरचे कमिशनर त्यांचे अभिनंदन करत होते, "फॉर व्हॉट?"

"अरे, तुमच्या पोरांनी तर कमालच केली, डॉ खरात. आय मस्ट कॉंग्रॅच्युलेट बोथ युवर कीड्स. त्यांनी इंडेक्स केस शोधून काढली आपल्या आउटब्रेकची...! इपिडेमिओलॉजिस्टची मुलं शोभतात खरी!" कमिशनर स्तुतीच स्तुती करत होते. आणि डॉ. खरात अधिकाधिक गोंधळात पडत होते.

पोरांनी इंडेक्स केस शोधली... कधी? आपल्याला माहीत नाही आणि सकाळी-सकाळी हे कमिशनरांना कसे कळले?

"डॉक्टर, तुमच्या दोन्ही गुणी मुलांसह यू आर इन्व्हायटेड फॉर ब्रेकफास्ट ॲट

माय रेसिडन्स...!!"

"येस सर...!"

कमिशनरांनी फोन ठेवला.

सकाळी-सकाळी कसे कळले? ओ येसऽऽ आजचा पेपर.

सिटी एडिशनला पहिल्या पानावर बातमी होती....

साथरोग तज्ज्ञांच्या मुलांनी उलगडले कॉलरा उद्रेकाचे रहस्य...

तालीकोटीवरून आला कॉलराचा जीवाणू

अर्ध्या पानभर बातमी होती आणि उजव्या हाताला शंतनु आणि संघमित्रा यांचा डॉ. शेतसंधीसोबत बोलतानाचा फोटो होता.

डॉ. खरात बातमी वाचू लागले....

त्यांच्या डोळ्यांना धारा लागल्या होत्या. त्यांना पुढचा मजकूर दिसेना.

दाराआडून शंतनु आणि संघा पॉप्सची गंमत पाहत होते.

टेबलावर पडलेल्या पुस्तकाच्या मुखपृष्ठावरील जॉन स्नोच्या चेहऱ्यावर आता गोड स्मित फुलले होते.

त्याच्या हातात छोटीशी छडी होती. तो आनंदाने पाणी उडवत होता. त्याने आपले पाय थेम्सच्या पाण्यात सोडले होते.

संघाने पाहिले, जॉन स्नो थेम्स नदीच्या काठी शांत बसला होता.

पाण्यातील खोडकर मासे त्याच्या पायाला गुदगुल्या करत होते.

"हेऽ गाइज, काय करताय तुम्ही?" आपले पाय पाण्यातून जरासे उचलत जॉन स्नो म्हणाला.

आणि त्यातल्या एका माशाने चक्क थेम्स प्रवाहावर उडी मारत त्याला उत्तर दिले, "थँक्स डॉक्टर जॉन स्नो. थँक यू व्हेरी मच!"

आणि थेम्स संथ वाहत राहिली.

'थँक यू व्हेरी मच डॉक्टर जॉन स्नो!' संघा पुटपुटली.

डॉ. खरातांनी आणि कुलकर्णींनी संघाच्या शांत, पण हसऱ्या चेहऱ्याकडे कौतुकाने पाहिले.

"मुलगी झोपेतही जॉन स्नोचे आभार मानत आहे." कुलकर्णी हसत-हसत

म्हणाले.

''चला! ही दीडशे वर्षांहून अधिक जुनी थेम्सकाठी सुरू झालेली साठा उत्तराची कहाणी आज सुफळ संपूर्ण झाली म्हणायची!'' डॉ. खरात पुण्याकडे जाणाऱ्या रस्त्याकडे पाहत म्हणाले.

खिडकीतून बाहेर पाहत शंतनु शांतपणे म्हणाला,

''नो पॉप्स... नो फुलस्टॉप... बस्स... आणखी एक स्वल्पविराम!!!''

■

जॉन स्नो : संक्षिप्त जीवनपट

जन्म : १५ मार्च १८१३ (यॉर्क येथे एका शेतकरी कुटुंबात)

१८२७ : डॉ. विल्यम हार्डकॅसल यांच्याकडे शिकाऊ उमेदवार म्हणून रुजू

१८३१ : इंग्लंडमध्ये कॉलराचा पहिला उद्रेक

१८३६ : वैद्यकीय शिक्षणासाठी जॉन स्नो पायी चालत यॉर्कवरून लंडनला आला.

१८३७ : वेस्टमिन्स्टर हॉस्पिटलच्या मेडिकल स्कूलमध्ये प्रवेश

१८३८ : रॉयल कॉलेज ऑफ सर्जन्सची प्रवेश परीक्षा उत्तीर्ण.
वैद्यकीय व्यवसायास प्रारंभ

१८४१ : पहिला शोधनिबंध

१८४३ : लंडन विद्यापीठाची फिजिशियन ही पदवी प्राप्त

१८४६ : जॉन स्नोने इथरने भूल देण्यासाठी इनहेलर विकसित केले.

१८५३ : राणी व्हिक्टोरियाच्या बाळंतपणात भूलतज्ज्ञ म्हणून पाचारण

१८५४ : लंडनच्या सोहो भागात कॉलराचा मोठा उद्रेक -
जॉन स्नोचा कॉलरा प्रसाराचे रहस्यभेद करणारा ग्रॅण्ड एक्सपेरिमेंट

मृत्यू : १६ जून १८५८

जॉन स्नोचे प्रसिद्ध शोधनिबंध

ऑन द मोड ऑफ कम्युनिकेशन ऑफ कॉलरा

ऑन क्लोरोफॉर्म ॲण्ड ऑदर ॲनास्थेटिक्स

संदर्भग्रंथ

1. The Blue Death, Judy Ilen (2001)
2. The Ghost Map, Steven Berlin Johnson (2006)
3. The Drummer Was the First to Die, Liza Pennywitt Taylor (1992)
4. Cholera, Chloroform The Science of Medicine - The Life of John Snow, Peter Vinten Johansen Others (2003)
5. On the Mode of Communication of Cholera, John Snow (1855)
6. The Biographical Memory of John Snow, Benjamin Richardson (1888)

७. जॉन स्नो संदर्भातील संकेतस्थळ www.ph.ucla.edu आणि इंटरनेटवरील आनुषंगिक संदर्भ

डॉ. प्रदीप आवटे
एमबीबीएस, डीसीएच

- वैद्यकीय डॉक्टर. सध्या सार्वजनिक आरोग्यक्षेत्रात कार्यरत.
- जागतिक आरोग्य संघटनेच्या पोलिओ निर्मूलन कार्यक्रमात उत्तर प्रदेश, मध्य प्रदेश आणि गुजरात येथे 'सर्वेक्षण वैद्यकीय अधिकारी' म्हणून कार्य
- *माझ्या आभाळाची गोष्ट, धम्मधारा* आणि *या अनाम शहरात* हे कवितासंग्रह प्रकाशित
- *जग्गूभैय्या झिंदाबाद, जादू की झप्पी* ही किशोरांसाठीची पुस्तके
- *अडीच अक्षरांची गोष्ट* हा ललित लेखसंग्रह
- *नवा भूगोल घडवू* आणि *सेंटपरसेंट आजचे न्यायालय* ही लहानांसाठीची नाटुकली
- *पाखरांची शाळा* या मुलांसाठीच्या मासिकाचे काही काळ संपादन
- सुप्रसिद्ध कादंबरीकार अरुण साधू यांच्यावरील *कालदर्शी* या समीक्षाग्रंथात सहलेखन
- इयत्ता दहावीच्या (इंग्लिश माध्यम) मराठी पाठ्यपुस्तकात 'अक्षरभारती'मध्ये 'फूटप्रिंट्स' या कुमारकथेचा समावेश
- विविध नियतकालिकांतून ललित, सामाजिक आणि आरोग्यविषयक स्तंभलेखन
- बालनाट्य, कविता, मुलाखती, श्रुतिका यांच्यासह आकाशवाणीवरून विविध कार्यक्रमांचे प्रसारण
- दूरदर्शनवरील विविध कार्यक्रमात सहभाग

www.ingramcontent.com/pod-product-compliance
Lightning Source LLC
LaVergne TN
LVHW040816051026
849519LV00007BA/2649
* 9 7 8 9 3 8 7 4 0 8 2 5 8 *